# Becoming a Pro at French Cooking Traditional and Contemporary Recipes

# பிரெஞ்சு சமையலில் நிபுணராக மாறுதல்:பாரம்பரியமற்றும்நவீனச மையல் குறிப்புகள்

**Drishay**

# Becoming a Pro at French Cooking Traditional and Contemporary Recipes

# Copyright © 2023 by Drishay

All rights reserved. No part of this book may be reproduced or transmitted in any form or by any means, electronic or mechanical, including photocopying, recording, or by any information storage and retrieval system, without permission in writing from the publisher.

This book is a work of fiction. Names, characters, places, and incidents either are the product of the author's imagination or are used fictitiously. Any resemblance to actual events, locales, persons, living or dead, is entirely coincidental.

**The first edition was published in 2023**

**ISBN**:
Published by:
Sunshine
1663 Liberty Drive
Hyderabad, IN 47403
www.Sunshinepublishers.com

**This book is self-published using on-demand printing and publishing, which allows it to be printed and distributed globally**

# TABLE OF CONTENT

## Chapter 1: Introduction                 08

- The allure of French cuisine.
- Traditional vs. contemporary approaches.
- Overview of the book.

## Chapter 2: Mastering the Foundations                 17

- Essential knife skills.
- Core cooking methods.
- Mastering sauces (mother sauces and derivatives).
- Introduction to baking and pastry basics.

## Chapter 3: A Culinary Journey Through Tradition                 30

- Exploring classic soups and stews.
- Mastering quiches and tarts.
- Conquering iconic meat dishes.
- Perfecting fish and shellfish preparations.
- Baking classic French desserts.

## Chapter 4: Embracing the Contemporary      45

- Modern interpretations of traditional dishes.
- Exploring contemporary ingredients and techniques.
- Discovering the culinary landscape of today.

## Chapter 5: From Apprentice to Master      54

- Tips for continued learning and improvement.
- Developing your own personal style.
- Resources for the aspiring culinary master.

## Chapter 6: The Art of French Cuisine      64

- Unveiling French food culture and traditions.
- The importance of presentation and plating.
- Sharing the joy of French cooking.

## Chapter 7:Conclusion      73

- Reflecting on the journey.
- The enduring legacy of French cuisine.
- Final thoughts and inspiration.

# உள்ளடக்க அட்டவணை

## அத்தியாயம் 1: அறிமுகம்     08

- பிரெஞ்சு சமையலின் கவர்ச்சி.
- பாரம்பரிய எதிராக நவீன அணுகுமுறைகள்.
- புத்தகத்தின் சுருக்கம்.

## அத்தியாயம் 2: அடிப்படைகளை தேர்ச்சி பெறுதல்     17

- அத்தியாவசிய கத்தி கையாளுதல் திறன்கள்.
- அடிப்படை சமையல் முறைகள்.
- சாஸ்களை தேர்ச்சி பெறுதல் (முதன்மை சாஸ்கள் மற்றும் துணை சாஸ்கள்).
- அடிப்படை கேக் மற்றும் பேஸ்ட்ரி அறிமுகம்.

## அத்தியாயம் 3: பாரம்பரியத்தின் வழியாக ஒரு சமையல் பயணம் 30

- கிளாசிக் சூப்கள் மற்றும் குழம்புகளை ஆராய்வது.
- குயிச்சுகள் மற்றும் டார்ட்டுகளை தேர்ச்சி பெறுதல்.
- பிரபலமான இறைச்சி உணவுகளை வெற்றி கொள்ளுதல்.
- மீன் மற்றும் ஷெல்ஃபிஷ் தயாரிப்புகளை சரியாகச் செய்தல்.
- கிளாசிக் பிரெஞ்சு இனிப்புகளை சமைத்தல்.

## அத்தியாயம் 4: நவீனத்தை ஏற்றுக்கொள்ளுதல் 45

- பாரம்பரிய உணவுகளின் நவீன விளக்கங்கள்.
- நவீன பொருட்கள் மற்றும் நுட்பங்களை ஆராய்தல்.
- இன்றைய சமையல் களத்தை கண்டறிதல்.

## அத்தியாயம் 5: பயிற்சியாளரிலிருந்து மாஸ்டர் வரை     54

- தொடர்ந்து கற்றல் மற்றும் மேம்பாட்டிற்கான குறிப்புகள்.
- உங்கள் சொந்த தனித்துவமான பாணியை வளர்த்தல்.
- எதிர்கால சமையல் மேதைகளுக்கான வளங்கள்.

## அத்தியாயம் 6: பிரெஞ்சு சமையலின் கலை     64

- பிரெஞ்சு உணவு கலாச்சாரத்தையும் பாரம்பரியங்களையும் வெளிப்படுத்துதல்.
- வழங்குதல் மற்றும் உணவைப் பரிமாறுவதன் முக்கியத்துவம்.
- பிரெஞ்சு சமையலின் மகிழ்ச்சியை பகிர்ந்து கொள்ளுதல்.

## அத்தியாயம் 7: முடிவு     73

- பயணத்தைப் பற்றி சிந்தித்தல்.
- பிரெஞ்சு சமையலின் நிலையான பாரம்பரியம்.
- இறுதி எண்ணங்கள் மற்றும் உத்வேகம்.

# Chapter 1: Introduction

# அத்தியாயம் 1: அறிமுகம்

பிரெஞ்சு சமையலின் கவர்ச்சி

உலகின் மிகவும் நுட்பமான மற்றும் மதிக்கப்படும் சமையல் கலைகளில் ஒன்று பிரெஞ்சு சமையல். நூற்றாண்டுகால பாரம்பரியம், கவனமாக தேர்ந்தெடுக்கப்பட்ட பொருட்கள் மற்றும் திறமையான கையாளுதல் ஆகியவற்றால் உருவாக்கப்பட்ட உணவு, உணர்வுகளைத் தூண்டும் ஒரு அனுபவத்தை வழங்குகிறது.

பிரெஞ்சு சமையலின் கவர்ச்சி அதன் பன்முகத்தன்மையில் உள்ளது. நாட்டின் பல்வேறு பிராந்தியங்கள் தங்கள் தனித்துவமான சுவைகள் மற்றும் பாணிகளைக் கொண்டுள்ளன, ஒவ்வொன்றும் தங்கள் சொந்த கலாச்சார பின்னணியை பிரதிபலிக்கிறது. புரோவென்ஸின் நறுமணமுள்ள மூலிகைகள், லியோனேஸின் இதயப்பூர்வமான உணவுகள், பர்கண்டியின் நுட்பமான சுவைகள் மற்றும் அல்சேஸின் ஜெர்மன் செல்வாக்குள்ள சமையல் ஆகியவை பிரெஞ்சு உணவு உலகில் ஒரு சிறிய சுவையாகும்.

பிரெஞ்சு சமையலின் மற்றொரு முக்கிய அம்சம் அதன் கவனம் செலுத்தும் தன்மை

பொருட்களின் தரம் மற்றும் சுவையை அதிகரிப்பதற்கு சமையல் முறைகள் மற்றும் தொழில்நுட்பங்கள் கவனமாக தேர்ந்தெடுக்கப்படுகின்றன. சாஸ்கள், காஸ்ட்ரோனமியின் முதுகெலும்புகள், மிகுந்த கவனத்துடன் தயாரிக்கப்படுகின்றன, மேலும் அவை உணவின் சுவையை முழுமையாக வெளிப்படுத்துகின்றன.

பிரெஞ்சு சமையல் பாரம்பரியத்திற்கு மட்டுமல்ல, புதுமைக்கும் மதிப்பளிக்கிறது. நவீன சமையல்காரர்கள் பாரம்பரிய உணவுகளை நவீன விளக்கங்களாகவும், புதிய பொருட்கள் மற்றும் நுட்பங்களைப் பயன்படுத்தியும் புதுப்பிக்கின்றனர். இதன் விளைவாக, பிரெஞ்சு சமையல் நிலையானது, ஆனால் காலத்திற்கேற்ப புதுப்பிக்கப்படுகிறது.

பிரெஞ்சு உணவு ஒரு சமூக அனுபவமாகவும் பார்க்கப்படுகிறது. உணவைச் சுற்றி நண்பர்கள் மற்றும் குடும்பத்தினருடன் நீண்ட, அமைதியான உணவுகள் பிரெஞ்சு வாழ்க்கை முறையின் ஒரு முக்கிய பகுதியாகும். உணவு உண்பது உணவாக மட்டும் இல்லாமல், நல்ல உரையாடல், சிரிப்பு மற்றும் ஒற்றுமையைப் பகிர்ந்து கொள்ளும் ஒரு வாய்ப்பாகவும் பார்க்கப்படுகிறது.

பிரெஞ்சு சமையலின் கவர்ச்சி அதன் நுட்பம், பன்முகத்தன்மை, புதுமை மற்றும் சமூக அம்சம் ஆகியவற்றின் கலவையில் உள்ளது. இது

உணவை ஒரு கலையாகவும், உணர்வுகளைத் தூண்டும் ஒரு அனுபவமாகவும் உயர்த்துகிறது. எனவே, பிரெஞ்சு சமையல் உலகின் மிகவும் மதிக்கப்படும் சமையல் கலைகளில் ஒன்றாக இருந்து வருகிறது மற்றும் தொடர்ந்து மக்களை தன்வயப்படுத்தி வருகிறது.

பிரெஞ்சு சமையலில் ஆர்வமுள்ளவர்களுக்கு, அதன் வரலாறு, பாரம்பரியம் மற்றும் நுட்பங்களை மேலும் ஆராய்வதற்கான பல வழிகள் உள்ளன. சமையல் பாடங்களில் கலந்து கொள்ளலாம், பிரெஞ்சு சமையல் புத்தகங்களைப் படிக்கலாம், பாரம்பரிய பிரெஞ்சு உணவுகளைப் பரிமாறும் உணவகங்களுக்குச் செல்லலாம், அல்லது உங்கள் சொந்த சமையலறையில் பிரெஞ்சு உணவுகளை சமைக்க முயற்சிக்கலாம்.

# பாரம்பரிய vs. நவீன அணுகுமுறைகள்: சமையலறையில் மரபு மற்றும் புதுமை இணைவு

சமையலின் உலகில், பாரம்பரிய மற்றும் நவீன அணுகுமுறைகளுக்கு இடையே ஒரு நிலையான உரையாடல் நிலவுகிறது. சிலர் பாரம்பரிய முறைகளைப் பாதுகாப்பதன் முக்கியத்துவத்தை வலியுறுத்துகின்றனர், அதே நேரத்தில் மற்றவர்கள் புதுமை மற்றும் கண்டுபிடிப்புக்கான தேவையை வலியுறுத்துகின்றனர். இருப்பினும், இரண்டு அணுகுமுறைகளும் தனித்துவமான பலம் மற்றும் பலவீனங்களைக் கொண்டுள்ளன, மேலும் அவர்களுக்கு சொந்தமாக ஒரு இடம் உள்ளது.

பாரம்பரிய அணுகுமுறையின் நன்மைகள்:

- நேரம் சோதிக்கப்பட்ட நம்பகத்தன்மை: பாரம்பரிய சமையல் குறிப்புகள் மற்றும் தொழில்நுட்பங்கள் நூற்றாண்டுகள் காலமாக சோதிக்கப்பட்டு நிரூபிக்கப்பட்டுள்ளன, இதன் விளைவாக நிலையான மற்றும் நம்பகமான உணவுகள் உருவாகின்றன.
- சுவை மற்றும் அமைப்பின் ஆழம்: பாரம்பரிய சமையல் நுட்பங்கள் பொருட்களின் சுவையை அதிகரிக்கவும், உணவுகளுக்கு ஒரு

ஆழமான மற்றும் சிக்கலான அமைப்பைக் கொடுக்கவும் நேரமெடுக்கின்றன.

- கலாச்சார பாரம்பரியம்: பாரம்பரிய சமையல் குறிப்புகள் மற்றும் உணவுகள் ஒரு கலாச்சாரத்தின் வரலாற்றையும் மரபுகளையும் பிரதிபலிக்கின்றன, இதனால் அவை ஒரு சமூகத்தின் அடையாளத்தின் ஒரு முக்கிய பகுதியாகின்றன.

பாரம்பரிய அணுகுமுறையின் சவால்கள்:

- குறைவான புதுமை: பாரம்பரிய சமையல் பெரும்பாலும் பாரம்பரிய உணவுகளுக்கு கட்டுப்பட்டுள்ளது, இது புதுமை மற்றும் புதுமையான சுவையை ஆராய விரும்பும் சமையல்காரர்களை கட்டுப்படுத்தலாம்.

- நேரம் தேவை: பாரம்பரிய சமையல் நுட்பங்கள் பொதுவாக நேரத்தை எடுத்துக்கொள்வதாக இருக்கும், இது அவசர உலகில் சமையல்காரர்களுக்கு சவாலாக இருக்கும்.

- பொருட்களின் கிடைமை: பாரம்பரிய சமையல் குறிப்புகள் சில சமயங்களில் அடையக்கூடிய பொருட்களைப் பயன்படுத்தலாம், இது அவற்றை அனைவருக்கும் செல்லக்கூடியதாக ஆக்குவதில் சிரமத்தை ஏற்படுத்தும்.

நவீன அணுகுமுறையின் நன்மைகள்:

- புதுமை மற்றும் கண்டுபிடிப்பு: நவீன சமையல் புதிய பொருட்கள், நுட்பங்கள் மற்றும் சுவையின் சேர்க்கையை ஊக்குவிக்கிறது, இது உணவு உலகில் புதுமை மற்றும் கண்டுபிடிப்புக்கான வாய்ப்பை வழங்குகிறது.

- காலத்திற்கேற்ப புதுப்பித்தல்: நவீன சமையல் பாரம்பரிய உணவுகளை புதுப்பிக்கவும், அவற்றை நவீன சுவையைப் பிரதிபலிக்கும் வகையில் மாற்றியமைக்கவும் முடியும்.

- உணவுக்கான குறைந்த நேரம்: நவீன சமையல் பொதுவாக பாரம்பரிய சமையலை விட குறைந்த நேரத்தை எடுத்துக்கொள்ளும், இது அவசர உலகில் சமையல்காரர்களுக்கு மிகவும் வசதியானது.

நவீன அணுகுமுறையின் சவால்கள்:

- பாரம்பரியத்தின் இழப்பு: நவீன சமையல் பாரம்பரிய உணவுகளின் பாரம்பரிய சுவையையும் அமைப்பையும் மாற்றியமைக்கலாம், இது பாரம்பரியத்தை மதிப்பவர்களுக்கு ஏமாற்றத்தை அளிக்கலாம்.

## புத்தகத்தின் சுருக்கம்

பிரெஞ்சு சமையலின் கலை: பாரம்பரிய மற்றும் நவீன சமையல் குறிப்புகள்

இந்த புத்தகம் பிரெஞ்சு சமையலின் அற்புதமான உலகத்தை ஆராய்கிறது, பாரம்பரிய மற்றும் நவீன அணுகுமுறைகளை ஒருங்கிணைத்து ஒரு புத்தகத்தில் சுவையான மற்றும் ஊக்கமளிக்கும் பயணத்தை வழங்குகிறது.

பகுதி 1: அறிமுகம்

பிரெஞ்சு சமையலின் கவர்ச்சியையும், அதன் பாரம்பரிய மற்றும் நவீன அணுகுமுறைகளுக்கு இடையேயான உறவையும் இப்பகுதி ஆராய்கிறது. மேலும், புத்தகத்தின் கட்டமைப்பையும், வாசகர்கள் என்ன எதிர்பார்க்க வேண்டும் என்பதையும் இது அறிமுகப்படுத்துகிறது.

பகுதி 2: அடிப்படைகளை தேர்ச்சி பெறுதல்

இந்தப் பகுதி பிரெஞ்சு சமையலின் அடிப்படைகளை வழங்குகிறது. இதில் கத்தி கையாளுதல், அடிப்படை சமையல் முறைகள், சாஸ்கள் மற்றும் பேஸ்ட்ரிகளின் அறிமுகம் ஆகியவை அடங்கும். இந்த அடிப்படைகளைப் புரிந்துகொள்வது, பிரெஞ்சு உணவுகளை

வெற்றிகரமாக சமைப்பதற்கான அடித்தளத்தை அமைக்கிறது.

பகுதி 3: பாரம்பரியத்தின் வழியாக ஒரு சமையல் பயணம்

இந்தப் பகுதி பாரம்பரிய பிரெஞ்சு சமையலின் சுவையான உலகத்தை ஆராய்கிறது. கிளாசிக் சூப்கள், குழம்புகள், குயிச்சுகள், டார்ட்டுகள், இறைச்சி மற்றும் மீன் உணவுகள், பாரம்பரிய இனிப்புகள் ஆகியவற்றிற்கான படிப்படியான சமையல் குறிப்புகளை இது வழங்குகிறது. இந்த சமையல் குறிப்புகள் பாரம்பரிய முறைகளைப் பயன்படுத்தி தயாரிக்கப்படுகின்றன, மேலும் அவை உங்களுக்கு உண்மையான பிரெஞ்சு உணவு அனுபவத்தை வழங்கும்.

பகுதி 4: நவீனத்தை ஏற்றுக்கொள்ளுதல்

இந்தப் பகுதி பாரம்பரிய உணவுகளின் நவீன விளக்கங்களை ஆராய்கிறது. நவீன சமையல் நுட்பங்கள், புதிய பொருட்கள் மற்றும் சமையல் கருவிகளைப் பயன்படுத்தி, பிரெஞ்சு சமையலை புதுப்பிக்கவும், நவீன சுவையைப் பிரதிபலிக்கவும் எவ்வாறு முடியும் என்பதை இது காட்டுகிறது.

பகுதி 5: பயிற்சியாளரிலிருந்து மாஸ்டர் வரை

இந்தப் பகுதி உங்கள் சமையல் திறன்களை மேம்படுத்தவும், திறமையான பிரெஞ்சு சமையல்காரராக மாறவும் உதவும் குறிப்புகள் மற்றும் உதவிக்குறிப்புகளை வழங்குகிறது. புதிய சமையல் கலவைகளை எவ்வாறு ஆராய்வது, உங்கள் சொந்த தனித்துவமான பாணியை வளர்ப்பது மற்றும் உங்கள் சமையல் பயணத்தில் உங்களுக்கு வழிகாட்டும் வளங்களை எவ்வாறு கண்டுபிடிப்பது என்பது பற்றிய யோசனைகளையும் இது வழங்குகிறது.

பகுதி 6: பிரெஞ்சு சமையலின் கலை

இந்தப் பகுதி பிரெஞ்சு சமையலின் கலை மற்றும் கலாச்சாரத்தை ஆராய்கிறது. உணவு வழங்குதல் மற்றும் உணவுப் பரிமாறுவதன் முக்கியத்துவம், சமையலின் சமூக அம்சம் மற்றும் பிரெஞ்சு உணவு உலகில் பண்பாட்டின் பங்கு ஆகியவற்றை இது அலசுகிறது.

# Chapter 2: Mastering the Foundations

# அத்தியாயம்2:அடிப்படைகளைதேர்ச்சிபெறுதல்

## அத்தியாவசிய கத்தி கையாளுதல் திறன்கள்: சமையலறையில் உங்கள் திறமைகளை மேம்படுத்துதல்

சமையலில், கத்தி கையாளுதல் என்பது அடிப்படை திறன்களில் ஒன்றாகும். சரியான கத்தி கையாளுதல் நுட்பங்களைப் பயன்படுத்துவதன் மூலம், உணவை சரியாக வெட்டலாம், உங்கள் சமையல் நேரத்தை குறைக்கலாம் மற்றும் சமையலறையில் பாதுகாப்பாக இருக்கலாம்.

இந்தப் பகுதியில், அத்தியாவசிய கத்தி கையாளுதல் திறன்களைப் பற்றி அறிந்து கொள்வோம்:

1. சரியான கத்தியைத் தேர்ந்தெடுப்பது:

வெவ்வேறு வகையான கத்திகள் வெவ்வேறு நோக்கங்களுக்காகப் பயன்படுத்தப்படுகின்றன. பின்வரும் கத்திகள் சமையலறையில் மிகவும் பொதுவானவை:

- செஃப் கத்தி: இது ஒரு பல்துறை கத்தியாகும், இது வெட்டுதல், நறுக்குதல் மற்றும் துண்டாக்குதல் போன்ற பல்வேறு பணிகளுக்கு பயன்படுத்தப்படுகிறது.

- பாரிங் கத்தி: இது மிகவும் நெகிழ்வான கத்தியாகும், இது இறைச்சி மற்றும் மீனை துண்டாக்க பயன்படுத்தப்படுகிறது.

- பேரிங் கத்தி: இது சிறிய பணிகளுக்கு, எ.கா. பூண்டு நறுக்குதல், இஞ்சி துருவுதல் போன்றவற்றிற்கு பயன்படுத்தப்படும் சிறிய கத்தியாகும்.

- ரொட்டி கத்தி: இது அரைக்கப்பட்ட ரொட்டி வெட்ட பயன்படும் அலை அலையான விளிம்பு கொண்ட கத்தியாகும்.

2. சரியான கைப்பிடி:

- கத்தியின் கைப்பிடியின் முடிவில் உங்கள் ஆட்காட்டி விரலை வைக்கவும், உங்கள் மற்ற விரல்களை கைப்பிடியின் சுற்றில் மடக்கவும்.

- உங்கள் கட்டை விரலை கத்தியின் முதுகெலும்பின் அடிப்பகுதியில் வைக்கவும்.

- உங்கள் பிடியானது உறுதியாகவும் வசதியாகவும் இருக்க வேண்டும், ஆனால் இறுக்கமாக இருக்கக்கூடாது.

3. அடிப்படை கத்தி வெட்டுகள்:

- பிரஞ்சு வெட்டு: இது ஒரு சீரான துண்டாக்கல் முறையாகும், இது காய்கறிகள், பழங்கள் மற்றும் இறைச்சி ஆகியவற்றை சிறிய துண்டுகளாக வெட்ட பயன்படுத்தப்படுகிறது. கத்தியின் முனையை வெட்டும் பலகையில் வைத்து, கத்தியை கீழ்நோக்கி நகர்த்தவும், வெட்டப்படும் பொருளின் வழியாக ஸ்லைடு செய்யவும்.

- பூண்டு நறுக்குதல்: கத்தியின் முனையை பூண்டு கிராம்பின் மீது வைத்து, கத்தியை கீழ்நோக்கி அழுத்தி, பூண்டு துண்டுகளாக வெட்டவும்.

- பாரிங்: இது மெல்லிய துண்டுகளாக இறைச்சி மற்றும் மீனை வெட்ட பயன்படுத்தப்படும் ஒரு முறையாகும். கத்தியை ஒரு சிறிய கோணத்தில் வைத்து, மெதுவாக கீழ்நோக்கி நகர்த்தவும், இறைச்சி வழியாக ஸ்லைடு செய்யவும்.

4. கத்தி பாதுகாப்பு:

- எப்போதும் கூர்மையான கத்தியைப் பயன்படுத்துங்கள். மழுங்கிய கத்தி சறுக்குவதற்கும் காயமடைவதற்கும் அதிக வாய்ப்புள்ளது.

- கத்தியை வெட்டும் பலகையில் உறுதியாக வைக்கவும்.
- கத்தியை உங்கள் கையிலிருந்து வெளியே எடுக்கும்போது, அதை கூர்மையான முனையுடன் கீழ்நோக்கி வைக்கவும்.

# அடிப்படை சமையல் முறைகள்: உங்கள் உணவை உயர்த்துதல்

சமையல் உலகில், அடிப்படை சமையல் முறைகளை தேர்ச்சி பெறுவது வெற்றிகரமான சமையலுக்கு முக்கியமானது. இந்த முறைகள் உங்கள் பொருட்களின் சுவையை அதிகரிக்க உதவுகின்றன, அவற்றை சரியான அமைப்பிற்கு சமைக்கின்றன மற்றும் உங்கள் உணவுக்கு பன்முகத்தன்மையை சேர்க்கின்றன.

இந்தப் பகுதியில், சமையலில் மிகவும் பொதுவாகப் பயன்படுத்தப்படும் சில முக்கிய சமையல் முறைகளைப் பற்றி அறிந்து கொள்வோம்:

1. Boiling (கொதித்தல்):

கொதித்தல் என்பது ஒரு சமையல் முறை, இதில் உணவை கொதிக்கும் நீரில் (100°C அல்லது 212°F) மூழ்கடித்து சமைக்கப்படுகிறது. இந்த முறை காய்கறிகள், பாஸ்தா, முட்டைகள் மற்றும் பலவற்றை சமைக்க ஏற்றது.

2. Simmering (குறைந்த தீயில் வேகவைத்தல்):

குறைந்த தீயில் வேகவைத்தல் என்பது கொதிநிலைக்கு சற்று குறைவான வெப்பநிலையில் (185°F முதல் 205°F வரை) உணவை சமைக்கும் ஒரு முறையாகும். இந்த

முறை இறைச்சி, சூப்கள் மற்றும் குழம்புகள் போன்ற உணவுகளை மென்மையாக்கவும், சுவைகளை வெளிப்படுத்தவும் ஏற்றது.

3. Steaming (ஆவி சமைத்தல்):

ஆவி சமைத்தல் என்பது உணவை ஒரு மூடிய கொள்கலனில் சூடான நீராவியில் சமைக்கும் ஒரு முறையாகும். இந்த முறை காய்கறிகள், மீன், மற்றும் பலவற்றை சமைக்க ஏற்றது, ஏனெனில் இது சத்துக்களை பாதுகாத்து உணவுக்கு ஒரு லேசான சுவையை சேர்க்கிறது.

4. Sauteing (வறுத்தல்):

வறுத்தல் என்பது ஒரு சமையல் முறை, இதில் உணவை சிறிய அளவு எண்ணெய் அல்லது கொழுப்பில் ஒரு சூடான வாணலியில் சமைக்கப்படுகிறது. இந்த முறை இறைச்சி, காய்கறிகள் மற்றும் முட்டைகள் போன்ற உணவுகளை browned மற்றும் சமைக்க ஏற்றது.

5. Roasting (பொறித்தல்):

பொறித்தல் என்பது ஒரு சமையல் முறை, இதில் உணவை ஒரு அடுப்பில் வெப்பமான காற்று சுற்றி வரும்போது சமைக்கப்படுகிறது. இந்த முறை இறைச்சி, கோழி, காய்கறிகள், மற்றும் பலவற்றை சமைக்க ஏற்றது.

6. Baking (பேக்கிங்):

பேக்கிங் என்பது ஒரு சமையல் முறை, இதில் உணவை ஒரு அடுப்பில் மூடிய கொள்கலனில் சமைக்கப்படுகிறது. இந்த முறை கேக்குகள், ரொட்டிகள், பிஸ்கட் மற்றும் பலவற்றை சமைக்க ஏற்றது.

7. Grilling (பார்பிக்யூ):

பார்பிக்யூ என்பது ஒரு சமையல் முறை, இதில் உணவை நேரடி வெப்பநிலையில் சமைக்கப்படுகிறது. இந்த முறை இறைச்சி, காய்கறிகள், மற்றும் பலவற்றை சமைக்க ஏற்றது, ஏனெனில் இது ஒரு சிறப்பான கிரில் சுவையை சேர்க்கிறது.

8. Deep-frying (நீரில் பொரித்தல்):

நீரில் பொரித்தல் என்பது ஒரு சமையல் முறை, இதில் உணவை கொதிக்கும் எண்ணெயில் மூழ்கடித்து சமைக்கப்படுகிறது. இந்த முறை சிக்கன் 65, பக்கோடா, மற்றும் பலவற்றை சமைக்க ஏற்றது.

## சாஸ்களை தேர்ச்சி பெறுதல்: மதர் சாஸ்களும் அவற்றின் வழித்தோன்றல்களும்

சமையலின் உலகில், சாஸ்கள் உணவை அடுத்த கட்டத்திற்கு கொண்டு செல்லும் மாயாஜால கூறுகளாகும். அவை சுவையை மேம்படுத்துகின்றன, அமைப்பைச் சேர்க்கின்றன, உணவை ஒருங்கிணைக்கின்றன, மேலும் உணவு அனுபவத்தை மிகவும் ருசியானதாக ஆக்குகின்றன. இந்தப் பகுதியில், சாஸ்களின் அற்புதமான உலகத்தை ஆராய்வோம், குறிப்பாக மதர் சாஸ்கள் மற்றும் அவற்றின் வழித்தோன்றல்களைப் பற்றி கற்றுக்கொள்வோம்.

மதர் சாஸ்கள் என்றால் என்ன?

மதர் சாஸ்கள் பாரம்பரிய பிரெஞ்சு சமையலின் அடித்தளத்தை உருவாக்குகின்றன. அவை ஐந்து அடிப்படை சாஸ்களைக் கொண்டிருக்கும், அவை பின்னர் பல்வேறு சுவைகள் மற்றும் அமைப்புகளை உருவாக்க பல வழிகளில் மாற்றப்படலாம். ஐந்து மதர் சாஸ்கள்:

- பச்சை சாஸ் (Béchamel): வெண்ணெய், மாவு மற்றும் பால் දියේ தயாரிக்கப்படும் ஒரு வெள்ளை நிற சாஸ், இது கிராட்டின்கள், லாசக்னா மற்றும் சூப்கள் போன்ற உணவுகளுக்கு ஏற்றது.

- எஸ்பாக்னோல் சாஸ்: வறுத்த எலும்புடன் தயாரிக்கப்படும் ஒரு பழுப்பு நிற சாஸ், இது ஸ்டீக்ஸ், ஸ்டூஸ் மற்றும் ரோஸ்ட்களுக்கு ஏற்றது.
- வெலோட் சாஸ்: வெண்ணெய் மற்றும் புளித்த கிரீம் கொண்டு தயாரிக்கப்படும் ஒரு மஞ்சள் நிற சாஸ், இது மீன் மற்றும் முட்டை உணவுகளுக்கு ஏற்றது.
- டோமேட்டோ சாஸ்: வெண்ணெய், மாவு மற்றும் தக்காளி ப்யூரி கொண்டு தயாரிக்கப்படும் ஒரு சிவப்பு நிற சாஸ், இது பாஸ்தா, லசாக்னா மற்றும் பிற இத்தாலிய உணவுகளுக்கு ஏற்றது.
- ஹாலண்டேஸ் சாஸ்: வெண்ணெய், முட்டை மஞ்சள் கரு மற்றும் எலுமிச்சை சாறு கொண்டு தயாரிக்கப்படும் ஒரு மஞ்சள் நிற சாஸ், இது காய்கறிகள், மீன் மற்றும் முட்டை உணவுகளுக்கு ஏற்றது.

மதர் சாஸ்களின் வழித்தோன்றல்கள்:

மதர் சாஸ்கள் பல வழிகளில் மாற்றப்படலாம், இதன் விளைவாக பல்வேறு சுவைகள் மற்றும் அமைப்புகளைக் கொண்ட எண்ணற்ற வழித்தோன்றல்கள் உருவாகின்றன. சில பிரபலமான வழித்தோன்றல்கள்:

- மஷ்ரூம் சாஸ்: எஸ்பாக்னோல் சாஸ் மற்றும் வறுத்த காளான்களுடன் தயாரிக்கப்படும் ஒரு பழுப்பு நிற சாஸ்.

- பெப்பர் கார்ன் சாஸ்: எஸ்பாக்னோல் சாஸ் மற்றும் பிளாக் பெப்பர் கொர்ன்ஸ் கொண்டு தயாரிக்கப்படும் ஒரு பழுப்பு நிற சாஸ்.

- மோர்னே சாஸ்: பச்சை சாஸ் மற்றும் கிரேட்டட் சீஸ் கொண்டு தயாரிக்கப்படும் ஒரு வெள்ளை நிற சாஸ்.

- மூலிகை சாஸ்: வெலோட் சாஸ் மற்றும் நறுமணப் பொருட்களுடன் தயாரிக்கப்படும் ஒரு மஞ்சள் நிற சாஸ்.

- டார்ட்டாரே சாஸ்: மாயோனைஸ், கேப்பர்ஸ், கார்னிஷ்ஸ் மற்றும் பச்சை வெங்காயத்துடன் தயாரிக்கப்படும் ஒரு வெள்ளை நிற சாஸ்.

# சமையலறையில் இனிப்பு: பேக்கிங் மற்றும் பேஸ்ட்ரி அடிப்படைகளுக்கு ஒரு அறிமுகம்

சமையலின் உலகில், பேக்கிங் மற்றும் பேஸ்ட்ரி ஒரு தனித்துவமான மற்றும் மகிழ்ச்சியான இடத்தைப் பிடித்துள்ளன. சுவையான கேக்குகள், ருசியான ரொட்டிகள், மற்றும் மென்மையான புத்திங்ஸ் ஆகியவற்றை உருவாக்க அனுமதிக்கும் கலை மற்றும் அறிவியலின் சரியான கலவையாகும். இந்தப் பகுதியில், பேக்கிங் மற்றும் பேஸ்ட்ரி அடிப்படைகளுக்கு ஒரு அறிமுகத்தை வழங்குவோம்.

## பேக்கிங் என்றால் என்ன?

பேக்கிங் என்பது வெப்பத்தைப் பயன்படுத்தி மாவை சமைக்கும் ஒரு செயல்முறையாகும். இது பொதுவாக ஒரு அடுப்பில் செய்யப்படுகிறது, ஆனால் மைக்ரோவேவ் அல்லது டோஸ்டரும் பயன்படுத்தப்படலாம். வெப்பம் மாவின் உள்ளே உள்ள ஈரப்பதத்தை ஆவியாக்கி, அமைப்பை உறுதிப்படுத்துகிறது மற்றும் சமைக்கிறது.

## பேஸ்ட்ரி என்றால் என்ன?

பேஸ்ட்ரி என்பது மாவின் ஒரு வகை, இது பொதுவாக லேசான மற்றும் மென்மையான அமைப்பைக் கொண்டிருக்கும். இது கேக், பிஸ்கட், ரொட்டி மற்றும் பிற வேகவைத்த பொருட்களில் பயன்படுத்தப்படுகிறது. பேஸ்ட்ரி

மாவு பொதுவாக அதிக கொழுப்பு மற்றும் குறைந்த புரோட்டீன் உள்ளடக்கம் கொண்டது.

பேக்கிங் மற்றும் பேஸ்ட்ரிக்கான அடிப்படை பொருட்கள்:

பேக்கிங் மற்றும் பேஸ்ட்ரிக்கு பல பொருட்கள் தேவை, ஆனால் சில அடிப்படை பொருட்கள் கிட்டத்தட்ட எல்லா சமையல் குறிப்புகளிலும் பயன்படுத்தப்படுகின்றன:

- மாவு: மாவு பேக்கிங் மற்றும் பேஸ்ட்ரிக்கு அடித்தளத்தை வழங்குகிறது. பல வகையான மாவுகள் உள்ளன, அவை ஒவ்வொன்றும் தனித்துவமான பண்புகள் மற்றும் பயன்களைக் கொண்டுள்ளன.

- சர்க்கரை: சர்க்கரை பேக்கிங் மற்றும் பேஸ்ட்ரிக்கு இனிப்பு மற்றும் அமைப்பை சேர்க்கிறது. வெள்ளை சர்க்கரை, பழுப்பு சர்க்கரை, தேன் மற்றும் மோலஸஸ் ஆகியவை சில பொதுவான வகைகள்.

- முட்டைகள்: முட்டைகள் பேக்கிங் மற்றும் பேஸ்ட்ரிக்கு ஈரப்பதம், கட்டமைப்பு மற்றும் நிறத்தை சேர்க்கின்றன.

- வெண்ணெய்: வெண்ணெய் பேக்கிங் மற்றும் பேஸ்ட்ரிக்கு ஈரப்பதம், சுவை மற்றும் அமைப்பை சேர்க்கிறது. வெண்ணெய், காய்கறி

எண்ணெய் மற்றும் ஒலிவ் எண்ணெய் ஆகியவை சில பொதுவான வகைகள்.

- பேக்கிங் பவுடர் அல்லது சோடா: பேக்கிங் பவுடர் மற்றும் பேக்கிங் சோடா பேக்கிங் பொருட்களை உயர்த்த உதவும் லெவனிங் ஏஜெண்டுகள்.

- பால்: பால் பேக்கிங் மற்றும் பேஸ்ட்ரிக்கு ஈரப்பதம், கட்டமைப்பு மற்றும் நிறத்தை சேர்க்கிறது. முழு பால், 2% பால், 1% பால் மற்றும் ஸ்கிம் பால் ஆகியவை சில பொதுவான வகைகள்.

# Chapter 3: A Culinary Journey Through Tradition

# அத்தியாயம் 3: பாரம்பரியத்தின் வழியாக ஒரு சமையல் பயணம்

**கிளாசிக் சூப்கள் மற்றும் குழம்புகள்: ஒரு சுவையான பயணம்**

சூப்கள் மற்றும் குழம்புகள் உலகெங்கிலும் உள்ள சமையல் கலைகளின் மையமாக உள்ளன. அவை நம்மை சூடேற்றுவதற்கும், திருப்திப்படுத்துவதற்கும், ஒரு கரண்டியில் ஒரு முழுமையான உணவை வழங்குவதற்கும் ஒரு சிறந்த வழியாகும். இந்த பகுதியில், சில கிளாசிக் சூப்கள் மற்றும் குழம்புகளை ஆராய்வோம், அவற்றை வீட்டிலேயே எப்படி எளிதாக தயாரிக்கலாம் என்பதை அறியலாம்.

மினஸ்ட்ரோன்:

இத்தாலிய சிறப்பான மினஸ்ட்ரோன், பருப்பு வகைகள், காய்கறிகள், பாஸ்தா மற்றும் இறைச்சியுடன் தயாரிக்கப்படும் ஒரு சத்தான மற்றும் ஆரோக்கியமான சூப் ஆகும். இது நிறைவான, சுவையான, மற்றும் எளிதில் தனிப்பயனாக்கக்கூடியது, இது குளிர்ந்த காலநிலையில் சரியான உணவாகும்.

டோட்டோ சூப்:

நெத்திலி, காளான்கள் மற்றும் புளிப்பு, மசாலா மற்றும் கிரீமி சுவையுடன் தயாரிக்கப்படும் தாய் சூப்பான டோட்டோ சூப், ஒரு புத்துணர்ச்சியூட்டும் மற்றும் சுவையான உணவாகும். இது ஒரு லேசான உணவு அல்லது முக்கிய உணவுக்கு முந்தைய உணவாக சிறந்தது.

ஃப்ரெஞ்ச் வெங்காய சூப்:

வறுத்த வெங்காயம், மது, மாவு, ப்ரோத் மற்றும் கிரேட்டட் சீஸ் ஆகியவற்றால் தயாரிக்கப்படும் கிளாசிக் பிரெஞ்சு சூப் ஃப்ரெஞ்ச் வெங்காய சூப், செறிவூட்டப்பட்ட மற்றும் சுவையான சூப் ஆகும். இது குளிர்ந்த நாளில் உங்கள் ஆன்மாவை சூடாக்கும்.

டாம் கம் சூப்:

கோகனட் பால், காளான்கள், சிட்ரஸ் லீஃப்ஸ் மற்றும் கிரீமி மற்றும் சற்று இனிப்பு சுவையுடன் தயாரிக்கப்படும் தாய் சூப்பான டாம் கம் சூப், ஒரு சுவையான மற்றும் திருப்திகரமான சூப் ஆகும். இது ஒரு லேசான உணவு அல்லது முக்கிய உணவுக்கு முந்தைய உணவாக சிறந்தது.

லென்டில் சூப்:

பருப்பு வகைகள், காய்கறிகள் மற்றும் மசாலாப் பொருட்களுடன் தயாரிக்கப்படும் உலகளாவிய சூப் லென்டில் சூப், ஒரு சத்தான, ஆரோக்கியமான மற்றும் எளிதில் தயாரிக்கக்கூடிய சூப் ஆகும். இது குளிர்காலத்தில் அல்லது கோடையில் சிறந்தது.

சிக்கன் நூடுல் சூப்:

சிக்கன் ப்ரோத், நூடுல்ஸ், காய்கறிகள் மற்றும் சிக்கன் துண்டுகளுடன் தயாரிக்கப்படும் அமெரிக்க கிளாசிக் சிக்கன் நூடுல் சூப், ஒரு ஆறுதலான மற்றும் சத்தான சூப் ஆகும். இது நோய்வாய்ப்பட்டிருக்கும் போது அல்லது ஒரு எளிய உணவை அனுபவிக்கும் போது சிறந்தது.

மிசோ சூப்:

ஜப்பானிய சிறப்பான மிசோ சூப், மிசோ பேஸ்ட், டோஃபு, கடற்பாசி மற்றும் பிற பாரம்பரிய பொருட்களுடன் தயாரிக்கப்படும் ஒரு உணவுப்பொருள் நிறைந்த சூப் ஆகும். இது ஒரு லேசான மற்றும் சுவையான உணவாகும், இது உங்கள் உணவைத் தொடங்க அல்லது ஒரு லேசான உணவாக சிறந்தது.

## கிவிச் மற்றும் டார்ட்டுகளை தேர்ச்சி பெறுதல்: சுவையான சமையலுக்கு ஒரு வழிகாட்டி

கிவிச் மற்றும் டார்ட்டுகள் ஆகியவை ஒரு மென்மையான, வெண்ணெய்-பூசப்பட்ட அடிப்பகுதியில் சுவையான நிரப்புடன் கூடிய சுவையான உணவுகள். அவை பிரஞ்சு உணவுகளில் மைய இடத்தைப் பிடித்துள்ளன, ஆனால் அவற்றின் சுவை மற்றும் பன்முகத்தன்மை உலகம் முழுவதும் மகிழ்விக்கின்றன. இந்தப் பகுதியில், கிவிச் மற்றும் டார்ட்டுகளை எவ்வாறு தேர்ச்சி பெறுவது என்பதற்கான ஒரு வழிகாட்டியை வழங்குவோம், மேலும் அவற்றை வீட்டிலேயே தயாரிப்பதற்கு உதவும் சில குறிப்புகளையும் உங்களுக்கு வழங்குவோம்.

1. அடிப்படை பற்றி அறிதல்:

- கிவிச் vs டார்ட்: கிவிச் மற்றும் டார்ட்டுகள் இரண்டும் வேகவைத்த அடிப்பகுதிகளையும் நிரப்புதல்களையும் கொண்டிருந்தாலும், சில முக்கிய வேறுபாடுகள் உள்ளன. கிவிச் பொதுவாக ஒரு ஃப்ரெஞ்சு ஃபிரை பன் ஷெல்லைப் பயன்படுத்துகிறது, இது குறைவான வெண்ணெய் மற்றும் மிகவும் மென்மையான அமைப்பைக் கொண்டுள்ளது. டார்ட்டுகள் ஒரு பேஸ்ட்ரி ஷெல்லைப் பயன்படுத்துகின்றன, இது

அதிக வெண்ணெய் மற்றும் மிகவும் செதில்களான அமைப்பைக் கொண்டுள்ளது.

- நிரப்புகள்: கிவிச் மற்றும் டார்ட்டுகள் பல்வேறு வகையான நிரப்புதல்களுடன் தயாரிக்கப்படலாம். சில பிரபலமான நிரப்புகள் பச்சை சாஸ், காய்கறிகள், இறைச்சி, கடல் உணவு மற்றும் சீஸ் ஆகியவை அடங்கும்.

- பேக்கிங்: கிவிச் மற்றும் டார்ட்டுகள் பொதுவாக ஒரு அடுப்பில் வேகவைக்கப்படுகின்றன. இதற்கு முன், அடிப்பகுதியைக் குருட்டு சமைப்பது முக்கியம், இது சமைக்கும் போது அதை ஊதாமல் தடுக்கிறது.

2. சரியான அடிப்படையை உருவாக்குதல்:

- பேஸ்ட்ரி மாவு தயாரித்தல்: சரியான அடிப்படையை உருவாக்குவதற்கு, நல்ல தரமான பேஸ்ட்ரி மாவை தயாரிப்பது அவசியம். இதற்கு மாவை குளிர்ந்த நிலையில் வைத்திருப்பது மற்றும் அதை அதிகமாக வேலை செய்யாமல் இருப்பது முக்கியம்.

- Blind baking: குருட்டு சமைத்தல் என்பது வெற்று பேஸ்ட்ரி ஷெல்லை வேகவைக்கும் ஒரு செயல்முறையாகும். இது அடிப்பகுதியை ஊதாமல் தடுக்கிறது

மற்றும் நிரப்புதல் சேர்க்கும் போது அதை உறுதியாக வைத்திருக்க உதவுகிறது.

- முன்-வேகவைத்தல்: சில நிரப்புகள் முன்-வேகவைக்கப்பட வேண்டும், இதனால் அவை அடிப்பகுதியுடன் சேர்ந்து சமைக்கப்படும்.

3. சுவையான நிரப்புதல்களை உருவாக்குதல்:

- பச்சை சாஸ்: கிவிச் மற்றும் டார்ட்டுகளுக்கு பச்சை சாஸ் ஒரு பிரபலமான நிரப்புதலாகும். இது வெண்ணெய், மாவு மற்றும் பாலுடன் தயாரிக்கப்படுகிறது மற்றும் பல்வேறு சுவைகளுடன் தயாரிக்கப்படலாம்.

- காய்கறிகள்: காய்கறிகள் கிவிச் மற்றும் டார்ட்டுகளுக்கு ஒரு சிறந்த சேர்க்கை ஆகும். அவை நிறம், அமைப்பு மற்றும் ஊட்டச்சத்துக்களைச் சேர்க்கின்றன.

## ஜகானிக் இறைச்சி உணவுகளை வெற்றி கொள்ளுதல்: சமையல்காரர்களுக்கான ஒரு வழிகாட்டி

இறைச்சி உணவுகள் உலகெங்கிலும் உள்ள சமையல் பாரம்பரியங்களின் அடித்தளத்தை உருவாக்குகின்றன. அவை சுவையான, திருப்திகரமான மற்றும் ஒரு உணவை அடுத்த கட்டத்திற்கு கொண்டு செல்லும் திறன் கொண்டவை. இந்தப் பகுதியில், சில ஜகானிக் இறைச்சி உணவுகளை வெல்ல உங்களுக்கு உதவும் ஒரு வழிகாட்டியை வழங்குவோம்.

1. கிளாசிக் ஸ்டீக்:

ஒரு சரியான ஸ்டீக் சமைப்பது சமையல்காரர்களுக்கு ஒரு சவாலான மற்றும் மதிப்பளிப்பதற்குரிய பணியாகும். இது இறைச்சியின் தரம், வெப்பநிலை கட்டுப்பாடு மற்றும் சரியான சமைக்கும் நேரம் ஆகியவற்றில் கவனம் செலுத்துவதை உள்ளடக்கியது. சில பிரபலமான ஸ்டீக் வெட்டுக்களில் ரிபே ஐ, ஃபிலே மினியன், மற்றும் டி-போன் ஸ்டீக் ஆகியவை அடங்கும்.

2. பாரம்பரிய ரோஸ்ட்:

ஒரு பாரம்பரிய ரோஸ்ட் ஒரு ஞாயிற்றுக்கிழமை இரவு விருந்து அல்லது சிறப்பு சந்தர்ப்பத்திற்கான சரியான மையப்பகுதியாக

இருக்கும். இது மென்மையாகவும், சுவையாகவும் இருக்கும், மேலும் பல்வேறு சுவையான காய்கறிகளுடன் இணைக்கப்படலாம். பொதுவாக ரோஸ்ட் செய்யப்படும் இறைச்சிகளில் கோழி, மாட்டிறைச்சி, பன்றி இறைச்சி மற்றும் ஆட்டுக்குட்டி ஆகியவை அடங்கும்.

3. சுவையான கறி:

கறிகள் உலகெங்கிலும் உள்ள பல சமையல் கலைகளில் காணப்படும் ஒரு சுவையான மற்றும் மணம் கொண்ட உணவாகும். அவை பொதுவாக இறைச்சி, காய்கறிகள் மற்றும் மசாலாப் பொருட்களுடன் தயாரிக்கப்படுகின்றன, மேலும் அவை மிகவும் சுவையானவை. சில பிரபலமான கறி வகைகளில் இந்திய கறி, தாய் கறி மற்றும் ஜப்பானிய கறி ஆகியவை அடங்கும்.

4. மென்மையான பிரைஸ்:

பிரைஸ் என்பது இறைச்சியை மெதுவாக சமைக்கும் ஒரு சமையல் முறையாகும், இது மென்மையாகவும், ருசியாகவும் மாறும். இது பொதுவாக ஒரு கடாயில் அல்லது டச்சு அடுப்பில் செய்யப்படுகிறது, மேலும் இறைச்சி, காய்கறிகள் மற்றும் திரவங்களை உள்ளடக்கியது. சில பிரபலமான பிரைஸ் உணவுகளில் பிரைஸ் மார்பகம், பிரைஸ் குண்டு

மற்றும் பிரைஸ் ஷார்ட் ரிப்ஸ் ஆகியவை அடங்கும்.

5. அழகான கிரில் செய்யப்பட்ட உணவுகள்:

கிரில் செய்யப்பட்ட உணவுகள் கோடைக்காலத்தில் ஒரு பிரபலமான தேர்வாகும், ஆனால் அவை ஆண்டு முழுவதும் அனுபவிக்கப்படலாம். இறைச்சியை வெப்பமான கிரில் மீது சமைப்பதன் மூலம் தனித்துவமான சுவை மற்றும் அமைப்பு உருவாகிறது. சில பிரபலமான கிரில் செய்யப்பட்ட உணவுகளில் ஹம்பர்கர்கள், ஹாட் டாக்ஸ், மற்றும் கிரில் செய்யப்பட்ட கோழி ஆகியவை அடங்கும்.

இந்த ஜகானிக் இறைச்சி உணவுகளை வெல்ல உதவும் சில குறிப்புகள் இங்கே:

- சரியான இறைச்சியைத் தேர்வு செய்யவும்: உணவுக்கான சரியான இறைச்சியைத் தேர்வு செய்வது வெ

# மீன் மற்றும் ஷெல்ஃபிஷ் சமையல்: சாம்பியனாக மாறுவதற்கான பாதை

மீன் மற்றும் ஷெல்ஃபிஷ் உலகெங்கிலும் உள்ள உணவு கலாச்சாரங்களில் மைய இடத்தை வகிக்கின்றன. அவை சுவையான, பல்துறை மற்றும் ஊட்டச்சத்து நிறைந்த உணவு ஆதாரங்களாகும். இந்த பகுதியில், மீன் மற்றும் ஷெல்ஃபிஷ் சமையலில் சாம்பியனாக மாற உங்களுக்கு உதவும் ஒரு வழிகாட்டியை வழங்குவோம்.

1. சரியான மீன் மற்றும் ஷெல்ஃபிஷ் தேர்வு செய்தல்:

சுவையான முடிவுகளைப் பெறுவதற்கு, உணவிற்கு புதிய, உயர்தர மீன் மற்றும் ஷெல்ஃபிஷைத் தேர்ந்தெடுப்பது அவசியம். மீன் கண்கள் தெளிவாகவும், துடிப்பாகவும் இருக்க வேண்டும், மற்றும் ஷெல்ஃபிஷ் லேசான வாசனையைக் கொண்டிருக்க வேண்டும்.

2. பொதுவான மீன் மற்றும் ஷெல்ஃபிஷ் வகைகள்:

- மீன்: சால்மன், டுனா, காட், ஹாலிபட், சிப்பி, மத்தி, ட்ரௌட், மாகாளி
- ஷெல்ஃபிஷ்: நண்டு, இறால், ஸ்காலப்ஸ், மஸ்ஸல்ஸ், கிளாம்ஸ், லாப்ஸ்டர்

3. சமையல் முறைகள்:

- வறுத்தல்: வறுத்தல் மீன் மற்றும் ஷெல்ஃபிஷ் சமைப்பதற்கான ஒரு வேகமான மற்றும் எளிதான முறையாகும். இது ஒரு மென்மையான, லேசான அமைப்பையும் சுவையான சுவையையும் கொடுக்கிறது.

- பேக்கிங்: பேக்கிங் மீன் மற்றும் ஷெல்ஃபிஷ் சமைப்பதற்கான ஒரு ஆரோக்கியமான முறையாகும். இது இறைச்சியை ஈரப்பதமாக வைத்திருக்கவும், அதிகப்படியான கொழுப்பை வெளியேற்றவும் உதவுகிறது.

- கிரில்லிங்: கிரில்லிங் மீன் மற்றும் ஷெல்ஃபிஷ் சமைப்பதற்கான ஒரு சிறந்த வழியாகும், இது ஒரு துணிச்சலான, புகைபிடித்த சுவையைக் கொடுக்கும்.

- பிரைசிங்: பிரைசிங் மீன் மற்றும் ஷெல்ஃபிஷ் மென்மையான மற்றும் சுவையான உணவை உருவாக்க ஒரு சிறந்த வழியாகும். இது இறைச்சியை மெதுவாக குறைந்த வெப்பநிலையில் சமைக்கிறது, இது அதன் ஈரப்பதத்தைத் தக்க வைத்துக் கொள்ளவும், மணத்தை உறிஞ்சவும் உதவுகிறது.

4. சமையலில் உதவும் குறிப்புகள்:

- மீன் மற்றும் ஷெல்ஃபிஷ் சமைக்கும் முன், அவற்றை நன்கு சுத்தம் செய்யவும், உலர வைக்கவும்.

- சமையலுக்கு சரியான வெப்பநிலையைப் பயன்படுத்தவும். மீன் உள் வெப்பநிலை 145°F (63°C) மற்றும் ஷெல்ஃபிஷ் 165°F (74°C) ஐ எட்ட வேண்டும்.

- மீன் மற்றும் ஷெல்ஃபிஷ் சமைக்கும் போது, அதிகமாக வேலை செய்யாமல் இருப்பது முக்கியம். இது இறைச்சியை உடைத்து, அதன் ஈரப்பதத்தை இழக்கச் செய்யும்.

- சமையலுக்கு பிறகு, மீன் மற்றும் ஷெல்ஃபிஷ் சில நிமிடங்கள் ஓய்வெடுக்கட்டும். இது சாறுகளை மீண்டும் விநியோகிக்கவும், இறைச்சியை மென்மையாக்கவும் உதவுகிறது.

## கிளாசிக் பிரெஞ்ச் இனிப்புகளை சுடுதல்: ஒரு சுவையான பயணம்

பிரெஞ்சு சமையல் கலை உலகெங்கிலும் பிரபலமானதாக இருப்பதில் ஆச்சரியமில்லை. இது நுட்பமான சுவைகள், நேர்த்தியான விளக்கக்காட்சிகள் மற்றும் பாரம்பரிய முறைகளுக்கான அர்ப்பணிப்பு ஆகியவற்றைக் கொண்டுள்ளது. பிரெஞ்சு இனிப்புகள், குறிப்பாக, அவற்றின் சுவைக்காக மட்டுமல்ல, அவற்றின் சிக்கலான சுவை மற்றும் அழகியல் அழகுக்காகவும் பாராட்டப்படுகின்றன. இந்த பகுதியில், சில கிளாசிக் பிரெஞ்சு இனிப்புகளை சுடுவது மற்றும் வீட்டிலேயே அவற்றை உருவாக்குவதற்கான சில உதவிக்குறிப்புகளை வழங்குவோம்.

1. ஷாகோலேட் மவுஸ்:

கிளாசிக் பிரெஞ்சு இனிப்புகளில் ஷாகோலேட் மவுஸ் மிகவும் பிரபலமான ஒன்றாகும். இது வெறும் சில பொருட்களுடன் தயாரிக்கப்படுகிறது, ஆனால் சரியாக செய்யப்பட்டால், இது ஒரு சுவையான மற்றும் அழகிய உணவாக இருக்கும். மென்மையான, பசுமையான அமைப்பு மற்றும் செறிவூட்டப்பட்ட ஷாகோலேட் சுவை ஆகியவற்றை உறுதி செய்வதற்கு சரியான அளவு சர்க்கரை, வெண்ணெய் மற்றும் முட்டைகளைப் பயன்படுத்துவது முக்கியம்.

## 2. மெடெலீன்ஸ்:

மெடெலீன்ஸ் என்பது சிறு, ஷெல்-வடிவிலான கேக்குகள், இவை இலகுவான மற்றும் பஞ்சுபோன்ற அமைப்பைக் கொண்டுள்ளன. இவை பொதுவாக காலை உணவு அல்லது சிற்றுண்டியுடன் சேர்த்து வழங்கப்படுகின்றன, ஆனால் இவை அழகான மதிய உணவு இனிப்பாகவும் செயல்படலாம். சரியான மெடெலீன்களை உருவாக்குவதற்கு, சரியான அளவு மாவையும் சர்க்கரையையும் பயன்படுத்துவது மற்றும் அவற்றை அதிகமாக வேலை செய்யாமல் இருப்பது முக்கியம்.

## 3. ஃப்ரெஞ்ச் டோஸ்ட்:

ஃப்ரெஞ்ச் டோஸ்ட் என்பது ஒரு கிளாசிக் பிரஞ்சு உணவு, இது காலை உணவு அல்லது லேசான மதிய உணவுக்கு சிறந்தது. இது தடிமனான ரொட்டி துண்டுகளால் தயாரிக்கப்படுகிறது, அவை முட்டை, பால் மற்றும் சர்க்கரை கலவையில் ஊறவைக்கப்பட்டு பின்னர் வறுக்கப்படுகின்றன. ஃப்ரெஞ்ச் டோஸ்ட் பல்வேறு வகையான toppings உடன் வழங்கப்படலாம், இதில் வெண்ணெய், மேப்பிள் சிரப், பழங்கள் மற்றும் நட்ஸ் ஆகியவை அடங்கும்.

## 4. ஃப்ளான்:

ஃப்ளான் என்பது ஒரு கிரீமி, முட்டை அடிப்படையிலான இனிப்பு ஆகும், இது ஒரு பேஸ்ட்ரி ஷெல்லில் சுடப்படுகிறது. இது பலவிதமான சுவைகளுடன் தயாரிக்கப்படலாம், இதில் வெண்ணிலா, சாக்லேட் மற்றும் பழம் ஆகியவை அடங்கும். ஃப்ளான் ஒரு சுவையான மற்றும் திருப்திகரமான இனிப்பு, இது ஒரு சிறப்பு விருந்துக்கு சரியான தேர்வாகும்.

5. கிரீம் புப்புகள்:

கிரீம் புப்புகள் என்பது மென்மையான, பஞ்சுபோன்ற புப்புகள் ஆகும், இவை பொதுவாக பழங்கள், கிரீம் அல்லது ஐஸ்கிரீம் ஆகியவற்றுடன் சேர்த்து வழங்கப்படுகின்றன. இவை வீட்டில் தயாரிக்க

## Chapter 4: Embracing the Contemporary

## அத்தியாயம் 4: நவீனத்தை ஏற்றுக்கொள்ளுதல்

**பாரம்பரிய உணவுகளின் நவீன விளக்கங்கள்: உணவுப் புரட்சியைத் தழுவி**

உணவு உலகம் தொடர்ந்து வளர்ந்து மாறிக்கொண்டே இருக்கிறது, புதிய சுவைகள் மற்றும் சமையல் நுட்பங்கள் பழைய பாரம்பரிய உணவுகளை மறுபரிசீலனை செய்ய வழிவகுக்கின்றன. இந்தப் பகுதியில், பாரம்பரிய உணவுகளின் நவீன விளக்கங்களை ஆராய்வோம், அவை எவ்வாறு உணவுப் புரட்சியைத் தழுவி, உணவு அனுபவத்தை மேம்படுத்துகின்றன.

1. உள்ளூர் பொருட்களுக்கு முன்னுரிமை:

நவீன சமையல்காரர்கள் உள்ளூர் மற்றும் பருவகால பொருட்களுக்கு முன்னுரிமை கொடுத்து, சுவையை அதிகரிப்பதுடன், சுற்றுச்சூழல் தாக்கத்தைக் குறைக்கின்றனர். இது பாரம்பரிய உணவுகளை புதிய மற்றும் சுவையான சுவைகளுடன் புதுப்பிக்க உதவுகிறது. உதாரணமாக, ஒரு கிளாசிக் இத்தாலிய பாஸ்தா உணவில் உள்ளூர் பண்ணைகளில் இருந்து புதிய காய்கறிகளைச்

சேர்க்கலாம், அல்லது ஒரு பாரம்பரிய இந்திய கறியில் உள்ளூர் மசாலாப் பொருட்களைக் கொண்டு புதிய திசையை உருவாக்கலாம்.

2. சமையல் முறைகளுடன் பரிசோதனை:

சமையல்காரர்கள் பாரம்பரிய உணவுகளை தயாரிப்பதற்கான வழக்கமான முறைகளை மறுபரிசீலனை செய்து, புதுமையான மற்றும் சுவையான முடிவுகளைப் பெறுகின்றனர். உதாரணமாக, ஒரு கிளாசிக் ஃப்ரெஞ்ச் சாஸ் மிகுந்த உணவை குறைந்த கலோரி மாற்றாக மாற்றலாம், அல்லது ஒரு பாரம்பரிய ஆசிய கலவை வறுத்தலுக்குப் பதிலாக புகைபிடித்து புதிய சுவை விவரத்தை உருவாக்கலாம்.

3. உலகளாவிய பாதிப்புகள்:

உலகம் முழுவதிலுமிருந்து சமையல் கலாச்சாரங்களுக்கான அணுகல் அதிகரித்து வருவதால், சமையல்காரர்கள் பாரம்பரிய உணவுகளை பல்வேறு சுவைகளுடன் இணைத்து, சுவையான மற்றும் கவர்ச்சியான புதிய உணவுகளை உருவாக்கி வருகின்றனர். உதாரணமாக, ஒரு கிளாசிக் மெக்சிகன் பர்ரிட்டோ தாய் கறி நிரப்புதலுடன் புதுப்பிக்கப்படலாம், அல்லது ஒரு பாரம்பரிய கிரேக்க சாலட் ஜப்பானிய துணையுடன் இணைக்கப்படலாம்.

4. ஆரோக்கியமான மாற்றங்கள்:

நவீன சமையல்காரர்கள் பாரம்பரிய உணவுகளை ஆரோக்கியமான மாற்றங்கள் மூலம் மேம்படுத்துகின்றனர், இதில் குறைந்த கொழுப்பு, குறைந்த சர்க்கரை மற்றும் அதிக புரதம் ஆகியவை அடங்கும். இது பாரம்பரிய உணவுகளை அனைவருக்கும் மிகவும் அணுகக்கூடியதாகவும், உணவு அனுபவத்தை மேம்படுத்தவும் உதவுகிறது. உதாரணமாக, ஒரு பாரம்பரிய கிரீம் சாஸில் கிரேக்க தயிர் போன்ற ஆரோக்கியமான மாற்றீடுகளைச் சேர்க்கலாம், அல்லது ஒரு பாரம்பரிய டிசர்ட் சர்க்கரைக்கு பதிலாக இயற்கை பழ இனிப்புகளைப் பயன்படுத்தலாம்.

5. அழகியல் விளக்கக்காட்சி:

நவீன சமையல்காரர்கள் உணவு வழங்கப்படும் விதத்தில் அதிக கவனம் செலுத்துகின்றனர், உணவு அனுபவத்தை மேம்படுத்துவதற்காக கலை மற்றும் அழகியல் அம்சங்களை இணைக்கின்றனர்.

## நவீன பொருட்கள் மற்றும் நுட்பங்களை ஆராய்தல்: சமையலறையில் புதுமைகளை ஏற்றுக்கொள்ளுதல்

உணவு உலகம் நிலையற்றது, மேலும் புதிய பொருட்கள் மற்றும் சமையல் நுட்பங்கள் தொடர்ந்து சமையலறைகளில் தோன்றிக்கொண்டே இருக்கின்றன. இந்த பகுதியில், நவீன சமையலை வடிவமைக்கும் சில முக்கிய போக்குகளை ஆராய்வோம்.

1. இயற்கை மற்றும் ஆர்கானிக் பொருட்கள்:

நுகர்வோர்கள் புதிய, ஆரோக்கியமான மற்றும் சுற்றுச்சூழலுக்கு உகந்த உணவு விருப்பங்களை நோக்கிச் செல்வதால், இயற்கை மற்றும் ஆர்கானிக் பொருட்களின் பயன்பாடு அதிகரித்து வருகிறது. இதில் உள்ளூர் பண்ணைகளில் இருந்து புதிய காய்கறிகள், இறைச்சி மற்றும் பால் பொருட்கள், GMO இல்லாத பொருட்கள் மற்றும் நிலையான முறைகளைப் பயன்படுத்தி வளர்க்கப்படும் பொருட்கள் ஆகியவை அடங்கும்.

2. அசாதாரணமான மற்றும் மரபுசாரா பொருட்கள்:

சமையல்காரர்கள் புதிய மற்றும் அசாதாரணமான பொருட்களைப் பரிசோதித்து, தங்கள் உணவுக்கு தனித்துவமான சுவை மற்றும்

அமைப்பைக் கொண்டு வருகின்றனர். இதில் பூச்சிகள், கடற்பாசிகள், காட்டு மூலிகைகள் மற்றும் அசாதாரணமான பழங்கள் போன்ற பொருட்கள் அடங்கும்.

3. மாற்று புரதங்கள்:

நுகர்வோர்கள் தாவர அடிப்படையிலான உணவுமுறைகளுக்குத் திரும்புவதால், மாற்று புரதங்களின் பயன்பாடு அதிகரித்து வருகிறது. இதில் சோயா, பருப்பு வகைகள், கொட்டைகள், விதைகள் மற்றும் பூஞ்சை போன்றவற்றில் இருந்து தயாரிக்கப்படும் புரத மூலங்கள் அடங்கும்.

4. மூலக்கூறு சமையல்:

மூலக்கூறு சமையல் என்பது உணவின் அறிவியலைப் பயன்படுத்தி பாரம்பரிய சமையல் நுட்பங்களை மறுபரிசீலனை செய்யும் ஒரு சமையல் முறை ஆகும். இதில் உணவை அதன் அடிப்படை மூலக்கூறுகளாக பிரித்து, பின்னர் அவற்றை புதிய மற்றும் சுவையான உணவுகளை உருவாக்க மீண்டும் ஒன்று சேர்ப்பது ஆகியவை அடங்கும்.

5. நவீன சமையல் கருவிகள்:

புதுமையான சமையல் கருவிகள் சமையலறையில் புதுமைகளை ஊக்குவித்து

வருகின்றன. இதில் sous vide இயந்திரங்கள், 3D உணவு அச்சுப்பொறிகள், அதிவேக கலப்பான்கள் மற்றும் உணவு நுரைப்பான்கள் ஆகியவை அடங்கும்.

6. உணவு தொழில்நுட்பம்:

உணவுத் தொழில்நுட்பம் சமையலறையை மறுவடிவமைத்து வருகிறது. இதில் ஆர்ட்டிஃபீஷியல் இன்டெலிஜென்ஸ் (AI) மூலம் இயங்கும் சமையல் ரோபோக்கள், உணவுப் பழக்கவழக்கங்களைத் தனிப்பயனாக்க உதவும் ஸ்மார்ட் சமையலறைகள் மற்றும் உணவு வீணாக்கத்தைக் குறைக்க உதவும் தொழில்நுட்பங்கள் ஆகியவை அடங்கும்.

7. சர்வதேச செல்வாக்கு:

உலகம் முழுவதிலுமிருந்து பல்வேறு சமையல் கலாச்சாரங்களுக்கான அணுகல் அதிகரித்து வருவதால், சமையல்காரர்கள் சர்வதேச சுவைகளை இணைத்து புதிய மற்றும் சுவையான உணவுகளை உருவாக்கி வருகின்றனர்.

# இன்றைய உணவு நிலப்பரப்பைக் கண்டறிதல்: ஒரு சுவைமிக்க பயணம்

உணவு ஒரு அடிப்படைத் தேவையாக இருந்தாலும், அது கலை, கலாச்சாரம் மற்றும் பாரம்பரியத்தின் மிக அழகான வெளிப்பாடுகளில் ஒன்றாகும். உலகம் முழுவதும் உள்ள உணவு நிலப்பரப்பு தொடர்ந்து வளர்ந்து மாறிக்கொண்டே இருக்கிறது, புதிய சுவைகள் மற்றும் சமையல் முறைகள் எழுகின்றன. இந்தப் பகுதியில், இன்றைய உணவு நிலப்பரப்பைக் கண்டறிந்து, அதன் பல்வேறு கூறுகளை ஆராய்வோம்.

1. உலகமயமாக்கலின் தாக்கம்:

உலகமயமாக்கல் உணவு உலகத்தை பெரிதும் பாதித்துள்ளது, இது வெவ்வேறு சமையல் கலாச்சாரங்கள் மற்றும் சுவைகளுக்கு முன்னெப்போதையும் விட அதிக அணுகலை வழங்கியுள்ளது. இதன் விளைவாக, பாரம்பரிய உணவுகளின் புதுப்பிக்கப்பட்ட பதிப்புகள் மற்றும் சர்வதேச சுவைகளின் புதிய கலவைகள் உருவாகின்றன.

2. உள்ளூர் மற்றும் பருவகால பொருட்களுக்கான வளர்ந்து வரும் மதிப்பு:

நுகர்வோர்கள் உணவுக்கான தங்கள் தேர்வுகள் குறித்து அதிக விழிப்புடன் இருந்து வருவதால்,

உள்ளூர் மற்றும் பருவகால பொருட்களின் பயன்பாடு அதிகரித்து வருகிறது. இது உணவின் சுவை மற்றும் தரத்தை மேம்படுத்துகிறது, அதே நேரத்தில் சுற்றுச்சூழல் தாக்கத்தைக் குறைக்கிறது.

3. ஆரோக்கியமான உணவுமுறையின் உயர்வு:

நுகர்வோர்கள் தங்கள் உடல் நலம் மற்றும் நல்வாழ்வு குறித்து அதிக விழிப்புடன் இருந்து வருவதால், ஆரோக்கியமான உணவு விருப்பங்களுக்கான தேவை அதிகரித்து வருகிறது. இது குறைந்த கொழுப்பு, குறைந்த சர்க்கரை மற்றும் அதிக புரதம் கொண்ட உணவுகளுக்கான தேவை அதிகரித்துள்ளது.

4. சைவ உணவுமுறையின் பிரபலமாதல்:

புலால் உணவைத் தவிர்த்து தாவர அடிப்படையிலான உணவுமுறையைத் தேர்ந்தெடுக்கும் நபர்களின் எண்ணிக்கை அதிகரித்து வருகிறது. இது மாற்று புரதங்களுக்கான தேவை அதிகரித்துள்ளது, இதில் பருப்பு வகைகள், கொட்டைகள், விதைகள் மற்றும் பூஞ்சை போன்றவை அடங்கும்.

5. சமையல் தொழில்நுட்பத்தின் தாக்கம்:

உணவுத் தொழில்நுட்பம் சமையலறையில் ஒரு புரட்சியை ஏற்படுத்தியுள்ளது. 3D உணவு

அச்சுப்பொறிகள், sous vide இயந்திரங்கள் மற்றும் ஸ்மார்ட் சமையலறைகள் போன்ற புதுமையான கருவிகள் சமையலை எளிதாக்கியுள்ளன மற்றும் உணவை தயாரிப்பதற்கான புதிய வழிகளைத் திறந்துள்ளன.

6. சமூக ஊடகங்களின் பங்கு:

சமூக ஊடகங்கள் உணவு உலகில் ஒரு பெரிய பங்கைக் கொண்டுள்ளன, இது சமையல் குறிப்புகளைப் பகிர்ந்து கொள்ளவும், உணவுப் போக்குகளை உருவாக்கவும், உணவு அனுபவங்களைப் பற்றி விவாதிக்கவும் ஒரு தளத்தை வழங்குகின்றன. இது உணவு சமூகத்தை இணைத்து, உணவு கலாச்சாரத்தில் புதுமைக்கான வாய்ப்புகளை உருவாக்கியுள்ளது.

## Chapter 5: From Apprentice to Master

## அத்தியாயம் 5: பயிற்சியாளரிலிருந்து மாஸ்டர் வரை

**தொடர்ந்து கற்றல் மற்றும் மேம்பாட்டிற்கான குறிப்புகள்: உங்கள் திறனை வளர்ப்பதற்கான வழிகாட்டி**

கற்றல் என்பது ஒரு வாழ்நாள் செயல்முறையாகும், மேலும் எப்போதும் முன்னேறவும் மேம்படுத்தவும் விரும்புவோருக்கு இது ஒரு சவாலான பயணமாகும். இந்தப் பகுதியில், தொடர்ந்து கற்றல் மற்றும் மேம்படுத்த உங்களுக்கு உதவும் சில குறிப்புகள் மற்றும் உத்திகளைப் பகிர்ந்து கொள்ள விரும்புகிறோம்.

1. தெளிவான இலக்குகள் மற்றும் நோக்கங்களை வகுக்கவும்:

தொடர்ந்து கற்று மேம்பட விரும்பினால், முதலில் நீங்கள் என்ன சாதிக்க விரும்புகிறீர்கள் என்பதை தெளிவாக வரையறுக்க வேண்டும். உங்கள் இலக்குகள் யதார்த்தமான, measurable, குறிப்பிட்ட, காலவரையறை கொண்ட மற்றும் செயல்படுத்தக்கூடிய (SMART) ஆக இருக்க வேண்டும்.

2. உங்கள் கற்றல் பாணியைக் கண்டறியவும்:

எல்லோரும் ஒரே மாதிரியாக கற்றுக்கொள்ள மாட்டார்கள். உங்கள் கற்றல் பாணியை அறிந்து கொள்வது, உங்களுக்கு மிகவும் பயனுள்ள கற்றல் முறைகளைத் தேர்ந்தெடுக்க உதவும். நீங்கள் ஒரு பார்வை, கேட்டல், ஸ்பர்சிங் அல்லது செயல்முறை கற்றவரா என்பதை தீர்மானிக்க முயற்சிக்கவும்.

3. பல்வேறு கற்றல் வளங்களைப் பயன்படுத்துங்கள்:

பல்வேறு கற்றல் வளங்களைப் பயன்படுத்துவதன் மூலம் உங்கள் கற்றலை மேம்படுத்தலாம். புத்தகங்கள், கட்டுரைகள், ஆன்லைன் படிப்புகள், வலைப்பதிவுகள், வீடியோக்கள், கருத்தரங்குகள் மற்றும் பட்டறைகள் போன்ற பல வளங்கள் உள்ளன.

4. செயல்பாட்டின் மூலம் கற்றுக்கொள்ளுங்கள்:

கற்றல் என்பது செயலற்ற செயல் அல்ல. நீங்கள் கற்றுக்கொண்டதைப் பயன்படுத்த முயற்சிக்கவில்லை என்றால், நீங்கள் விரைவாக அதை மறந்துவிடுவீர்கள். கற்றல் செயல்பாடுகளைத் தேடுங்கள், அவை உங்கள் திறமைகளை வளர்க்கவும் பயன்படுத்தவும் உதவும்.

5. உங்கள் முன்னேற்றத்தை கண்காணிக்கவும்:

உங்கள் முன்னேற்றத்தை கண்காணித்து மதிப்பீடு செய்வது முக்கியம். இது உங்கள் வலிமை மற்றும் பலவீனங்களை அடையாளம் காணவும், தேவைப்பட்டால் உங்கள் கற்றல் அணுகுமுறையை மாற்றியமைக்கவும் உதவும்.

6. உந்துதலைத் தக்க வைத்துக் கொள்ளுங்கள்:

தொடர்ந்து கற்று மேம்பட உந்துதல் அவசியம். உங்கள் இலக்குகளை நினைவுபடுத்தவும், சிறிய வெற்றிகளைக் கொண்டாடவும், கற்றல் செயல்முறையை உற்சாகமாகவும் சுவாரஸ்யமாகவும் வைத்திருக்கவும் முயற்சிக்கவும்.

7. ஒரு கற்றல் சமூகத்தில் சேரவும்:

மற்றவர்களுடன் இணைந்து கற்றுக்கொள்வது உங்கள் கற்றலை மேம்படுத்த ஒரு சிறந்த வழியாகும். உங்கள் கற்றல் இலக்குகள் மற்றும் ஆர்வங்களைக் கொண்ட மற்றவர்களைக் கண்டறிந்து, ஒரு கற்றல் சமூகத்தில் சேருங்கள். இது உங்கள் கற்றலை ஊக்குவிக்கவும், உங்கள் திறமைகளை மேம்படுத்தவும் உதவும்.

8. தவறுகளிலிருந்து கற்றுக்கொள்ளுங்கள்:

தவறுகள் செய்வது கற்றலுக்கான ஒரு இயல்பான பகுதியாகும். உங்கள் தவறுகளை

வாய்ப்புகளாகப் பயன்படுத்தி, அவற்றிலிருந்து கற்றுக்கொண்டு முன்னேற முயற்சிக்கவும்.

## உங்கள் தனித்துவமான பாணியை வளர்த்துக் கொள்ளுங்கள்: சுய வெளிப்பாட்டின் சக்தி

தனித்துவமான பாணி என்பது உங்களை யார் என்பதை வெளிப்படுத்த ஒரு சக்திவாய்ந்த கருவியாகும். இது உங்கள் ஆளுமை, சுவைகள் மற்றும் மதிப்புகள் ஆகியவற்றை பிரதிபலிக்கிறது, மேலும் உலகத்தை உங்கள் பார்வையில் பார்க்க உதவுகிறது. இந்த பகுதியில், உங்கள் தனித்துவமான பாணியை வளர்ப்பதற்கான சில உதவிக்குறிப்புகள் மற்றும் உத்திகளைப் பகிர்ந்து கொள்ள விரும்புகிறோம்.

1. சுய பரிசோதனை:

தனித்துவமான பாணியை உருவாக்குவதற்கான முதல் படி சுய பரிசோதனை. தன்னைப் பற்றி ஆழமாக சிந்தித்து, உங்கள் ஆர்வங்கள், மதிப்புகள், நம்பிக்கைகள் மற்றும் அழகியல் விருப்பங்களை அடையாளம் காண்பது இதில் அடங்கும். உங்களுக்கு என்ன பிடிக்கிறது? உங்கள் தனித்துவமான திறமைகள் என்ன? உலகத்தில் உங்கள் இடத்தை எவ்வாறு பார்க்கிறீர்கள்?

2. உங்கள் ஈர்க்கும் ஆதாரங்கள்:

உங்கள் தனித்துவமான பாணியை வளர்ப்பதற்கு உதவிக்குறிப்புகளைப் பெற உங்கள் ஈர்க்கும் ஆதாரங்களைப் பாருங்கள். இதில் பிரபலங்கள்

கலைஞர்கள், வடிவமைப்பாளர்கள், அல்லது நீங்கள் பாராட்டும் எவரும் அடங்கும். அவர்களின் பாணியை ஆராயுங்கள், அவர்கள் என்ன செய்கிறார்கள் என்பதைப் புரிந்து கொள்ளுங்கள், உங்கள் சொந்த தனித்துவமான சுவைக்கு ஏற்ப அவற்றை எவ்வாறு மாற்றியமைக்கலாம் என்பதைப் பாருங்கள்.

3. ஆராயுங்கள் மற்றும் கலந்து கொள்ளுங்கள்:

உங்கள் பாணியை வளர்ப்பதற்கு உதவும் பல்வேறு அனுபவங்களுக்கு உங்களைத் திறந்து கொள்ளுங்கள். புதிய கலாச்சாரங்கள், இடங்கள், உணவுகள் மற்றும் நபர்களை ஆராய்ந்து கண்டறியுங்கள். புதிய விஷயங்களை முயற்சிக்கவும், உங்கள் வசதி மண்டலத்திற்கு வெளியே செல்லவும், உங்கள் அனுபவங்கள் உங்கள் பாணியை எவ்வாறு வடிவமைக்கின்றன என்பதைப் பார்க்கவும்.

4. உங்கள் தனித்துவத்தை அடையாளம் காணுங்கள்:

உங்கள் தனித்துவத்தை அடையாளம் கண்டு அவற்றை உங்கள் பாணியின் ஒரு பகுதியாக மாற்றவும். உங்கள் தனிப்பட்ட கதையைக் கூறவும், உங்கள் ஆளுமையை பிரதிபலிக்கவும், உங்களை மற்றவர்களிடமிருந்து வேறுபடுத்தும் அம்சங்களை அங்கீகரிக்கவும்.

5. தைரியமாக இருங்கள் மற்றும் வித்தியாசமாக இருங்கள்:

உங்கள் தனித்துவமான பாணியை உருவாக்கும்போது, தைரியமாக இருந்து வித்தியாசமாக இருக்க பயப்பட வேண்டாம். உங்கள் உடல், ஆளுமை மற்றும் சுவைக்கு ஏற்றதை அணியுங்கள். மற்றவர்களின் கருத்துக்களைப் பற்றி அதிகம் கவலைப்படாதீர்கள், உங்கள் தனித்துவத்தை வெளிப்படுத்த உண்மையாக இருங்கள்.

6. உங்கள் பாணியை தொடர்ந்து வளர்த்துக் கொள்ளுங்கள்:

தனித்துவமான பாணி என்பது ஒரு நிலையான நிலை அல்ல, மாறாக அது தொடர்ந்து வளர்ச்சியடைந்து மாறும் ஒரு செயல்முறையாகும். உங்கள் பாணியை சோதனை மற்றும் பிழை மூலம் உருவாக்கி, காலப்போக்கில் அதை மாற்றியமைக்கவும். உங்கள் அனுபவங்கள், கற்றல் மற்றும் சுயபுரிதல் ஆகியவை உங்கள் பாணியை மாற்றவும் வடி

## லட்சிய சமையல் கலைஞருக்கான வளங்கள்: உங்கள் உள்நாட்டு சமையல்காரரை வெளியே கொண்டு வர

உணவு உலகில் இறங்கி சமையல் கலையில் தேர்ச்சி பெற விரும்பும் லட்சிய சமையல்காரர்களுக்கு பல்வேறு வளங்கள் உள்ளன. இந்த பகுதியில், உங்கள் சமையல் பயணத்தைத் தொடங்கவும் மேம்படுத்தவும் உதவும் சில முக்கிய வளங்களை ஆராய்வோம்.

1. புத்தகங்கள்:

சமையல் புத்தகங்கள் சமையல் கலையின் அடிப்படைகளை கற்றுக்கொள்ளவும், புதிய உணவுகளை ஆராயவும், புகழ்பெற்ற சமையல்காரர்களிடமிருந்து கற்றுக்கொள்ளவும் ஒரு சிறந்த வழியாகும். சமையல் நுட்பங்கள், சமையல் குறிப்புகள், உணவு வரலாறு, உணவுப் பொருட்கள் மற்றும் சமையலறைக் கருவிகள் பற்றிய தகவல்களை அவை வழங்குகின்றன.

2. இணையதளங்கள் மற்றும் வலைப்பதிவுகள்:

இணையம், சமையல் தொடர்பான தகவல்களின் ஒரு பெரிய கிடங்காக உள்ளது. இணையதளங்கள் மற்றும் வலைப்பதிவுகள் சமையல் குறிப்புகள், கல்வி வீடியோக்கள், சமையல் வழிகாட்டிகள், சமையல்

உதவிக்குறிப்புகள் மற்றும் உணவுப் போக்குகள் பற்றிய புதுப்பிப்புகளை வழங்குகின்றன.

3. ஆன்லைன் சமையல் படிப்புகள்:

ஆன்லைன் சமையல் படிப்புகள் உங்கள் சமையல் திறமைகளை வளர்த்துக் கொள்ள ஒரு வசதியான மற்றும் நெகிழ்வான வழியாகும். அவை பல்வேறு தலைப்புகள், சமையல் நிலைகள் மற்றும் கற்றல் பாணிகளுக்கு கிடைக்கின்றன.

4. சமையல் கருவிகள் மற்றும் உபகரணங்கள்:

சரியான சமையல் கருவிகள் மற்றும் உபகரணங்கள் உங்கள் சமையல் அனுபவத்தை மேம்படுத்தவும் உணவு தயாரிப்பதை எளிதாக்கவும் உதவும். உங்கள் சமையல் தேவைகளைப் பொறுத்து, அத்தியாவசிய கருவிகள் முதல் சிறப்பு உபகரணங்கள் வரை பல்வேறு வகையான கருவிகளை நீங்கள் தேர்வு செய்யலாம்.

5. சமையல் வகுப்புகள் மற்றும் பட்டறைகள்:

சமையல் வகுப்புகள் மற்றும் பட்டறைகள் சமையல் கலையை நடைமுறையில் கற்றுக்கொள்ள ஒரு சிறந்த வழியாகும். அனுபவம் வாய்ந்த சமையல்காரர்களிடமிருந்து நேரடியாக கற்றுக்கொள்ளவும், மற்ற சமையல்

ஆர்வலர்களுடன் உங்கள் அறிவைப் பகிர்ந்து கொள்ளவும், உங்கள் திறமைகளை சோதித்து மேம்படுத்தவும் அவை உங்களுக்கு வாய்ப்பளிக்கின்றன.

6. சமையல் சமூகங்கள்:

சமையல் சமூகங்கள் உங்கள் சமையல் பயணத்தில் உங்களை ஊக்கப்படுத்தவும் ஆதரவளிக்கவும் ஒரு சிறந்த வழியாகும். சமையல் குறிப்புகளைப் பகிர்ந்து கொள்ளவும், உதவிக்குறிப்புகளைக் கேட்கவும், சமையல் சவால்களில் பங்கேற்கவும், உலகெங்கிலும் உள்ள சமையல் ஆர்வலர்களுடன் இணைந்து பழகவும் அவை உங்களை அனுமதிக்கின்றன.

7. சமையல் போட்டிகள்:

சமையல் போட்டிகள் உங்கள் சமையல் திறமைகளை சோதித்து மேம்படுத்த ஒரு சிறந்த வழியாகும். அவை உங்களை உங்கள் வசதி மண்டலத்திலிருந்து வெளியேறவும், புதிய விஷயங்களை முயற்சிக்கவும், உங்கள் படைப்பாற்றலை வெளிப்படுத்தவும் ஊக்குவிக்கும்.

## Chapter 6: The Art of French Cuisine

## அத்தியாயம் 6: பிரெஞ்சு சமையலின் கலை

பிரெஞ்சு உணவு கலாச்சாரம் மற்றும் பாரம்பரியங்களைத் திறந்து காட்டுதல்

பிரெஞ்சு உணவு உலகில் ஒரு சிறப்பு இடத்தைப் பெற்றுள்ளது, அதன் சுவையான உணவுகள், நுட்பமான சமையல் நுட்பங்கள் மற்றும் பல நூற்றாண்டுகள் பழமையான பாரம்பரியங்களுக்கு பெயர் பெற்றது. இந்த பகுதியில், பிரெஞ்சு உணவு கலாச்சாரத்தின் ஆழத்தை ஆராய்வோம் மற்றும் அதன் தனித்துவமான அம்சங்களை வெளிப்படுத்துவோம்.

1. உணவு ஒரு கலை வடிவம்:

பிரெஞ்சு கலாச்சாரத்தில், உணவு வெறும் உயிர்வாழ்வதற்கான ஒரு வழி அல்ல, ஆனால் ஒரு கலை வடிவம். சமையல்காரர்கள் தங்கள் உணவுகளை கவனமாக திட்டமிட்டு, புதுமையான சுவை கலவைகளை உருவாக்கி, கண்கவர் விளக்கக்காட்சிகளை உருவாக்குகிறார்கள்.

2. பாரம்பரிய சமையல் நுட்பங்கள்:

பிரெஞ்சு உணவு கலாச்சாரம் நூற்றாண்டுகளாக வளர்ந்து வரும் பாரம்பரிய சமையல் நுட்பங்களால் வலுவாக பாதிக்கப்படுகிறது. சாஸ் தயாரித்தல், சுவையூட்டல், புகைபிடித்தல், braising, poaching மற்றும் soufflé making போன்ற நுட்பங்கள் பிரெஞ்சு உணவுக்கு அதன் தனித்துவமான சுவை மற்றும் அமைப்பை அளிக்கிறது.

3. பருவகால பொருட்களில் கவனம்:

பிரெஞ்சு சமையலில் புதிய, பருவகால பொருட்கள் முக்கிய பங்கு வகிக்கின்றன. சமையல்காரர்கள் உள்ளூர் விவசாயிகள் சந்தைகளில் இருந்து சிறந்த பொருட்களைத் தேர்ந்தெடுத்து, அவை உச்ச பருவத்தில் இருக்கும்போது அவற்றை தங்கள் உணவுகளில் சேர்க்கிறார்கள்.

4. உணவு ஒரு சமூக அனுபவம்:

பிரெஞ்சு உணவு கலாச்சாரத்தில், உணவு ஒரு சமூக அனுபவமாக மதிக்கப்படுகிறது. மக்கள் நண்பர்கள் மற்றும் குடும்பத்தினருடன் உணவுகளைப் பகிர்ந்து கொள்ளவும், உரையாடவும், உறவுகளை வளர்த்துக் கொள்ளவும் உணவு நேரத்தை ஒரு வாய்ப்பாகப் பயன்படுத்துகின்றனர்.

5. பாரம்பரிய பிரெஞ்சு உணவுகள்:

பிரெஞ்சு உணவு உலகப் புகழ்பெற்ற பல பாரம்பரிய உணவுகளைக் கொண்டுள்ளது. இதில் கோக் அவு வின், புளிப்பு மாவில் சுட்டப்பட்ட இறைச்சி, ரтатуய், ஸ்டீக்-ஃப்ரைட்ஸ், சோக்லேட் சூப், ஃபோய் கிராஸ் மற்றும் கிராண்ட் மார்னியர் சூஃப்லே போன்ற உணவுகள் அடங்கும்.

6. பிரெஞ்சு உணவு வைன்:

பிரான்சில், உணவு மற்றும் மது ஒன்றுடன் ஒன்று இணைக்கப்பட்டுள்ளன. பிரெஞ்சு உணவு வைன்கள் உலகின் மிகச் சிறந்தவை எனக் கருதப்படுகின்றன, மேலும் அவை ஒவ்வொரு உணவுக்கும் ஏற்ற வைனைத் தேர்வு செய்வது ஒரு கலை.

7. சிறப்பு உணவு சந்தர்ப்பங்கள்:

பிரெஞ்சு கலாச்சாரத்தில் பல்வேறு சிறப்பு உணவு சந்தர்ப்பங்கள் உள்ளன, அவை குடும்பங்கள் மற்றும் சமூகங்கள் ஒன்று கூடி கொண்டாட்டங்களின் போது உணவு மூலம் ஒன்றுபடுகின்றன. இதில் கிறிஸ்துமஸ், புத்தாண்டு, பிறந்தநாள்கள் மற்றும் திருமணங்கள் போன்ற விடுமுறைகள் அடங்கும்.

# உணவு வழங்கல் மற்றும் பிளாட்டிங் முக்கியத்துவம்: ஒரு கலை வடிவமாக சாப்பாடு

உணவு என்பது உடல் தேவை மட்டுமல்ல, அழகியல் அனுபவமும் கூட. உணவை வழங்கும் விதம், அதன் தோற்றம் மற்றும் அமைப்பு, உணவின் சுவை மற்றும் மொத்த அனுபவத்தில் பெரும் தாக்கத்தை ஏற்படுத்தும். இந்த பகுதியில், உணவு வழங்கல் மற்றும் பிளாட்டிங் முக்கியத்துவத்தை ஆராய்வோம் மற்றும் இந்த கலை வடிவத்தை மேம்படுத்துவதற்கான சில உதவிக்குறிப்புகளைப் பகிர்ந்து கொள்ளலாம்.

1. முதல் தோற்றம் முக்கியம்:

"மனிதர்கள் தங்கள் கண்களால் சாப்பிடுகிறார்கள்" என்ற பழமொழி உண்மை. உணவு நன்றாக இருக்கும்போது, அது சுவையாக இருக்கும் என்று நாம் எதிர்பார்க்கிறோம். ஒரு கவனமாக வடிவமைக்கப்பட்ட உணவு, பார்வைக்கு மிகவும் சுவையாக இருக்கும், மேலும் ஒட்டுமொத்த உணவு அனுபவத்தை மேம்படுத்தும்.

2. சுவை மற்றும் அமைப்பின் சமநிலை:

பிளாட்டிங் என்பது வெறும் அழகியல் பற்றியது அல்ல, சுவை மற்றும் அமைப்பின் சமநிலையையும் பற்றியது. உணவின்

வெவ்வேறு கூறுகள் ஒன்றாக இணக்கமாகச் சேர்த்து, ஒரு சுவையான மற்றும் திருப்திகரமான உணவை உருவாக்க வேண்டும்.

3. வண்ணம் மற்றும் மாறுபாடு:

வண்ணம் மற்றும் மாறுபாடு உணவை கவர்ச்சிகரமானதாகவும் கண்களுக்கு மிகவும் சுவையாகவும் மாற்றும். வெவ்வேறு நிறங்கள் மற்றும் அமைப்புகளைக் கொண்ட உணவுகளைப் பயன்படுத்துவது ஒரு கவர்ச்சிகரமான பிளேட்டை உருவாக்க உதவும்.

4. வெற்று இடத்தின் முக்கியத்துவம்:

வெற்று இடம் என்பது பிளாட்டிங்கின் முக்கிய அங்கமாகும். ஒரு பிளேட்டில் அதிகமாக நிரப்ப வேண்டாம். சில வெற்று இடங்களை விட்டு, உணவை சுவாசிக்க அனுமதிக்கவும், மேலும் இது கண்களுக்கு மிகவும் மெதுவாக இருக்கும்.

5. உணவின் வடிவத்தைப் பயன்படுத்துதல்:

உணவின் இயற்கையான வடிவத்தை அதன் தோற்றத்தை மேம்படுத்துவதற்கு பயன்படுத்தலாம். உதாரணமாக, ஒரு தக்காளியை சிறிய துண்டுகளாக வெட்டுவதற்குப் பதிலாக, அதை அழகான துண்டுகளாக வெட்டி, உங்கள் பிளேட்டில் ஒரு கவர்ச்சிகரமான ஏற்பாட்டை உருவாக்கலாம்.

6. கருவிகளை சரியாகப் பயன்படுத்துதல்:

சரியான கருவிகளைப் பயன்படுத்துவது உங்கள் பிளாட்டிங் திறன்களை மேம்படுத்த உதவும். பல்வேறு அளவுகள் மற்றும் வடிவங்களில் பிளேட்டுகள், கிண்ணங்கள் மற்றும் கப்ஸ்களைப் பயன்படுத்துங்கள், மேலும் உணவை ஒழுங்கமைக்க சமையலறை மடக்குகள், ஸ்பூன்கள் மற்றும் ட்வீசர்களைப் பயன்படுத்துங்கள்.

7. உங்கள் படைப்பாற்றலை வெளிப்படுத்தவும்:

பிளாட்டிங் ஒரு கலை வடிவமாகும், எனவே உங்கள் படைப்பாற்றலை வெளிப்படுத்த பயப்பட வேண்டாம். உணவை அழகாகவும் கவர்ச்சியாகவும் வழங்குவதற்கு புதுமையான மற்றும் தனித்துவமான வழிகளை முயற்சிக்கவும்.

8. உங்கள் திறன்களை வளர்த்துக் கொள்ளுங்கள்:

பிளாட்டிங் என்பது ஒரு திறமை, மேலும் பயிற்சி மூலம் மேம்படுத்தலாம். உணவு இதழ

## பிரெஞ்சு சமையலின் மகிழ்ச்சியைப் பகிர்ந்து கொள்ளுதல்: உணவு, கலாச்சாரம் மற்றும் பாரம்பரியத்தின் ஒரு கொண்டாட்டம்

பிரெஞ்சு சமையலுக்கு உலகெங்கிலும் ஒரு காரணம் உள்ளது. இது நுட்பமான சுவைகள், பாரம்பரிய நுட்பங்கள் மற்றும் ஒரு சமூக அனுபவத்தை மையமாகக் கொண்ட ஒரு உணவு கலாச்சாரமாகும். இந்த பகுதியில், பிரெஞ்சு சமையலின் மகிழ்ச்சியைப் பகிர்ந்து கொள்ளவும், அதன் தனித்துவமான அம்சங்களை ஆராய்வோம்.

1. சுவையான சுவைகள்:

பிரெஞ்சு உணவு புதிய, பருவகால பொருட்களைப் பயன்படுத்தி பாரம்பரிய சமையல் நுட்பங்களுடன் சுவையான சுவைகளை உருவாக்குவதில் கவனம் செலுத்துகிறது. சாஸ்கள், மூலிகைகள் மற்றும் மசாலாப்பொருட்களின் நுட்பமான பயன்பாடு உணவுகளுக்கு அடுக்கு சுவை மற்றும் சிக்கலை சேர்க்கிறது.

2. பாரம்பரிய நுட்பங்கள்:

பிரெஞ்சு சமையல் நூற்றாண்டுகளாக வளர்ந்து வரும் பாரம்பரிய நுட்பங்களால் வலுவாக பாதிக்கப்படுகிறது. Braising, poaching, soufflé making மற்றும் sauce preparation போன்ற நுட்பங்கள்

உணவுக்கு அதன் தனித்துவமான சுவை மற்றும் அமைப்பை அளிக்கின்றன.

3. ஒரு சமூக அனுபவம்:

பிரெஞ்சு உணவு கலாச்சாரத்தில், உணவு வெறும் உயிர் வாழ்வதற்கான ஒரு வழி அல்ல, மாறாக ஒரு சமூக அனுபவம். மக்கள் நண்பர்கள் மற்றும் குடும்பத்தினருடன் உணவுகளைப் பகிர்ந்து கொள்ளவும், உரையாடவும், உறவுகளை வளர்த்துக் கொள்ளவும் உணவு நேரத்தை ஒரு வாய்ப்பாகப் பயன்படுத்துகின்றனர்.

4. பருவகால பொருட்களின் முக்கியத்துவம்:

பிரெஞ்சு சமையலில் சுவையான பொருட்கள் முக்கிய பங்கு வகிக்கின்றன. சமையல்காரர்கள் உள்ளூர் விவசாயிகள் சந்தைகளில் இருந்து சிறந்த பொருட்களைத் தேர்ந்தெடுத்து, அவை உச்ச பருவத்தில் இருக்கும்போது அவற்றை தங்கள் உணவுகளில் சேர்க்கிறார்கள். பருவகால பொருட்கள் உணவுக்கு புதிய சுவை மற்றும் அதிக ஊட்டச்சத்து மதிப்பை சேர்க்கின்றன.

5. பிரபலமான பிரெஞ்சு உணவுகள்:

பிரெஞ்சு உணவு உலகப் புகழ்பெற்ற பல பாரம்பரிய உணவுகளைக் கொண்டுள்ளது. இதில் கோக் அவு வின், புளிப்பு மாவில் சுட்டப்பட்ட இறைச்சி, ரтатуய், ஸ்டீக்-ஃப்ரைட்ஸ், சோக்லேட்

சூப், ஃபோய் கிராஸ், கிராண்ட் மார்னியர் சூஃப்லே போன்ற உணவுகள் அடங்கும்.

6. பிரெஞ்சு உணவு வைன்:

பிரான்சில், உணவு மற்றும் மது ஒன்றுடன் ஒன்று இணைக்கப்பட்டுள்ளன. பிரெஞ்சு உணவு வைன்கள் உலகின் மிகச் சிறந்தவை எனக் கருதப்படுகின்றன, மேலும் அவை ஒவ்வொரு உணவுக்கும் ஏற்ற வைனைத் தேர்வு செய்வது ஒரு கலை.

7. சிறப்பு உணவு சந்தர்ப்பங்கள்:

பிரெஞ்சு கலாச்சாரத்தில் பல்வேறு சிறப்பு உணவு சந்தர்ப்பங்கள் உள்ளன, அவை குடும்பங்கள் மற்றும் சமூகங்கள் ஒன்று கூடி கொண்டாட்டங்களின் போது உணவு மூலம் ஒன்றுபடுகின்றன.

# Chapter 7:Conclusion

# அத்தியாயம் 7: முடிவு

## பயணத்தைப் பிரதிபலித்தல்: வளர்ச்சி மற்றும் கற்றலின் ஒரு பயணம்

வாழ்க்கை என்பது ஒரு பயணம்; ஒரு தொடர்ச்சியான அனுபவங்கள், சவால்கள் மற்றும் வெற்றிகளின் தொகுப்பு. நாம் எடுக்கும் ஒவ்வொரு அடியும், எதிர்கொள்ளும் ஒவ்வொரு சவாலும், அடையும் ஒவ்வொரு வெற்றியும் நம்மை வடிவமைத்து, வளர உதவுகிறது. ஆனால் எப்போதாவது நாம் நின்று திரும்பிப் பார்க்க வேண்டியது அவசியம்; நாம் எவ்வளவு தூரம் வந்துள்ளோம், என்ன கற்றுக்கொண்டோம், எதிர்காலத்தை எவ்வாறு சிறப்பாக நெருங்கலாம் என்பதை பிரதிபலிக்க வேண்டும்.

பயணத்தின் தொடக்கத்தை நினைவு கூர்வது:

எந்தத் திசையிலிருந்து வந்தோம், எந்த இலக்குகளை அடைய விரும்பினோம் என்பதை நினைவில் கொள்வதன் மூலம் நம் பயணத்தைப் பிரதிபலிக்கத் தொடங்குவோம். நம்முடைய ஆரம்ப ஆசைகள், கனவுகள் மற்றும் அபிலாஷைகள் என்ன? எந்த மதிப்புகள் மற்றும் நம்பிக்கைகள் நம்மை வழிநடத்துகின்றன? இந்த அடித்தளத்தை மீண்டும் பார்க்கும்போது, நாம் எவ்வளவு தூரம் வந்துள்ளோம் என்பதைப் புரிந்து

கொள்ளவும், நம் பாதையில் நிலைத்திருக்க உதவும்.

சவால்கள் மற்றும் தடைகளை அங்கீகரித்தல்:

எந்தவொரு பயணத்திலும் சவால்கள் மற்றும் தடைகள் தவிர்க்க முடியாதவை. நாம் எதிர்கொண்ட கடினமான சூழ்நிலைகளை பிரதிபலிப்பது, அவற்றிலிருந்து கற்றுக்கொண்ட பாடங்களை மதிப்பிடுவது அவசியம். நாம் வளர்ச்சி பெற உதவிய தடைகள் எவை? நம்மை வலுவாகவும், திறமையாகவும் ஆக்கிய பரிசோதனைகள் எவை? இந்த அனுபவங்களைப் பிரதிபலிப்பது எதிர்கால சவால்களை சிறப்பாக எதிர்கொள்ள உதவும்.

வெற்றிகள் மற்றும் சாதனைகளை கொண்டாடுதல்:

பயணத்தில் வெற்றிகள் மற்றும் சாதனைகளை கொண்டாடுவதும் முக்கியம். நாம் அடைந்த இலக்குகள், சிறிய மற்றும் பெரிய வெற்றிகள் என்ன? எவ்வளவு முன்னேற்றம் அடைந்துள்ளோம்? இந்த சாதனைகளை பாராட்டுவதன் மூலம், நம் திறமை மற்றும் திறனை நாம் அங்கீகரிக்கிறோம், எதிர்கால சவால்களை எதிர்கொள்ள ஊக்கமளிக்கிறோம்.

தவறுகளிலிருந்து கற்றுக்கொள்ளுதல்:

தவறுகளும் தோல்விகளும் பயணத்தின் ஒரு இயல்பான பகுதியாகும். இருப்பினும், அவற்றை நம்மை வீழ்த்துவதற்கு பதிலாக, அவற்றிலிருந்து கற்றுக்கொள்ளும் வாய்ப்புகளாகப் பயன்படுத்த வேண்டும். நாம் என்ன தவறு செய்தோம்? எப்படி சிறப்பாக செய்யலாம்? தவறுகளை பகுப்பாய்வு செய்வதன் மூலம், எதிர்காலத்தில் அவற்றை மீண்டும் செய்வதைத் தவிர்க்கவும், வளர்ச்சி மற்றும் முன்னேற்றத்திற்கான வழிகாட்டியாக அவற்றைப் பயன்படுத்தவும் முடியும்.

பயணத்தை மதிப்பீடு செய்தல்:

நமது பயணத்தைப் பிரதிபலிக்கும் போது, நமது இலக்குகளை மதிப்பீடு செய்து, நாம் இன்னும் எங்கு செல்ல வேண்டும் என்பதை தீர்மானிக்க வேண்டும். நமது ஆரம்ப இலக்குகள் இன்னும் பொருத்தமானவையா? நாம் புதிய இலக்குகளை அமைக்க வேண்டு

## பிரெஞ்சு உணவின் நீடித்த பாரம்பரியம்: சுவை, கலாச்சாரம் மற்றும் கலைத்திறனின் ஒரு கொண்டாட்டம்

நூற்றாண்டுகளாக, பிரெஞ்சு உணவு உலகின் மிகவும் பிரபலமான மற்றும் பாராட்டப்பட்ட உணவு கலாச்சாரங்களில் ஒன்றாக இருந்து வருகிறது. அதன் நுட்பமான சுவைகள், நேர்த்தியான நுட்பங்கள் மற்றும் செழுமையான பாரம்பரியம், உணவை ஒரு கலை வடிவமாக உயர்த்தியுள்ளது. இந்த பகுதியில், பிரெஞ்சு உணவின் நீடித்த பாரம்பரியத்தை ஆராய்வோம் மற்றும் அதன் தனித்துவமான அம்சங்களைப் பாராட்டுவோம்.

1. பாரம்பரியத்தின் வேர்கள்:

பிரெஞ்சு உணவின் வேர்கள் நூற்றாண்டுகள் பழமையானவை, இது ரோமானிய, கெர்மானிய மற்றும் கெல்டிக் செல்வாக்குகளின் கலவையாகும். காலப்போக்கில், பிரெஞ்சு சமையல்காரர்கள் இந்த செல்வாக்குகளை ஒரு தனித்துவமான மற்றும் நேர்த்தியான உணவு பாணியாக உருவாக்கினர்.

2. நுட்பமான சுவைகள் மற்றும் கலவைகள்:

பிரெஞ்சு உணவு புதிய, பருவகால பொருட்களின் சுவைகளை முன்னிலைப்படுத்துகிறது. சமையல்காரர்கள் நுட்பமான மூலிகைகள்,

மசாலாப்பொருட்கள் மற்றும் சாஸ்கள் மூலம் சுவைகளை மேம்படுத்துகின்றனர், இதன் விளைவாக ஒரு சிக்கலான மற்றும் நேர்த்தியான சுவை அனுபவம் உருவாகிறது.

3. பாரம்பரிய சமையல் நுட்பங்கள்:

பிரெஞ்சு உணவு அதன் பாரம்பரிய சமையல் நுட்பங்களுக்கும் பிரபலமானது. Braising, poaching, soufflé making, and sauce preparation போன்ற நுட்பங்கள் பிரெஞ்சு உணவுக்கு அதன் தனித்துவமான சுவை மற்றும் அமைப்பை அளிக்கின்றன.

4. உணவை ஒரு கலை வடிவமாக உயர்த்துதல்:

பிரெஞ்சு சமையல்காரர்கள் உணவை வெறும் உணவைத் தாண்டி ஒரு கலை வடிவமாக பார்க்கின்றனர். அழகான பிளேட்டிங், சரியான சமையல் நுட்பங்கள் மற்றும் சுவையான சுவைகளின் கலவையின் மூலம், உணவு விருந்துக்கு மட்டுமல்ல, கலை அனுபவத்திற்கும் ஒரு வாய்ப்பாக மாறும்.

5. உணவு மற்றும் மதுவின் இணைவு:

பிரெஞ்சு உணவில், உணவு மற்றும் மது ஒன்றுடன் ஒன்று இணைக்கப்பட்டுள்ளன. பிரெஞ்சு வைன்கள் உலகின் மிகச் சிறந்தவை எனக் கருதப்படுகின்றன, மேலும் ஒவ்வொரு

உணவுக்கும் ஏற்ற வைனைத் தேர்வு செய்யும் திறமை ஒரு கலை. சரியான இணைவை உருவாக்குவது உணவு அனுபவத்தை மேம்படுத்துகிறது மற்றும் ஒவ்வொரு சுவையையும் அதன் உண்மையான திறனை வெளிப்படுத்த அனுமதிக்கிறது.

6. சமூகத்தின் ஒரு அங்கமாக உணவு:

பிரெஞ்சு கலாச்சாரத்தில், உணவு சமூகத்தின் ஒரு முக்கிய அங்கமாகும். நண்பர்கள் மற்றும் குடும்பத்தினர் ஒன்று கூடி, உணவு, உரையாடல் மற்றும் மகிழ்ச்சியைப் பகிர்ந்து கொள்ள உணவு நேரங்கள் ஒரு வாய்ப்பாகும். இந்த சமூக அனுபவம் பிரெஞ்சு உணவின் மகிழ்ச்சி மற்றும் பாரம்பரியத்தின் ஒரு உண்மையான அம்சமாகும்.

7. உலகெங்கிலும் செல்வாக்கு:

பிரெஞ்சு உணவு உலகெங்கிலும் உள்ள உணவு கலாச்சாரங்களில் பெரும் தாக்கத்தை ஏற்படுத்தியுள்ளது.

# இறுதி எண்ணங்கள் மற்றும் உத்வேகம்: ஒரு புதிய தொடக்கத்திற்கான வரவேற்பு

இந்த பயணத்தின் இறுதியில், நாம் பெற்ற அறிவு, சந்தித்த சவால்கள் மற்றும் கடந்து வந்த தடைகளைப் பற்றி சிந்திக்க வேண்டிய நேரம் இது. நாம் வளர்ந்துள்ளோம், கற்றுள்ளோம், நம்மை மேம்படுத்தியுள்ளோம் என்பதை உணர முடியும். இருப்பினும், பயணம் இன்னும் முடிவடையவில்லை. எதிர்காலத்தை நோக்கிச் செல்லும்போது, இறுதி எண்ணங்கள் மற்றும் உத்வேகம் நம்மை வழிநடத்தத் தேவை.

1. நாம் கடந்து வந்த பாதையைப் பாராட்டுதல்:

நாம் அடைந்த சாதனைகளையும் கடந்து வந்த தடைகளையும் மதிப்பிட சிறிது நேரம் ஒதுக்குவோம். நம் வலிமை மற்றும் திறன்களைக் கண்டறிவோம். எவ்வளவு முன்னேற்றம் அடைந்துள்ளோம் என்பதைப் பாராட்டுவோம். இந்த நேர்மறையான சிந்தனை எதிர்கால சவால்களை சமாளிக்க உதவும்.

2. கற்ற பாடங்களிலிருந்து வளர்தல்:

பயணத்தின் போது, நாம் பல பாடங்களை கற்றுக்கொண்டோம். வெற்றிகள் மற்றும் தோல்விகள், மகிழ்ச்சியான மற்றும் துன்பகரமான நேரங்கள் அனைத்தும் வளர்ச்சிக்கான வாய்ப்புகளை வழங்கியுள்ளன.

இந்த அனுபவங்களைப் பிரதிபலிப்போம், அவற்றிலிருந்து கற்றுக்கொண்ட பாடங்களை அறிந்து கொள்வோம். அவை எதிர்காலத்தில் சிறப்பாக செயல்பட நமக்கு உதவும்.

3. புதிய சவால்களைத் தேடுதல்:

வளர்ச்சி என்பது ஒரு நிலையான செயல்முறையாகும். நாம் எப்போதும் புதிய விஷயங்களைக் கற்றுக்கொள்ளவும், வளரவும் முயற்சிக்க வேண்டும். நம்மைக் கவனித்துக்கொள்ளும் மற்றும் புதிய அனுபவங்களுக்கு திறந்திருக்கும் சூழலை உருவாக்குவோம். இந்த புதிய சவால்கள் நம்மை வலுவாகவும், புத்திசாலியாகவும், திறமையாகவும் ஆக்கும்.

4. தோல்விகளை வளர்ச்சிக்கான வாய்ப்புகளாகக் கருதுதல்:

தோல்விகள் நம் பயணத்தின் ஒரு இயல்பான பகுதியாகும். இருப்பினும், அவற்றைத் தடைகளாகக் கருதக்கூடாது. மாறாக, அவற்றை வளர்ச்சிக்கான வாய்ப்புகளாகப் பயன்படுத்த வேண்டும். தோல்விகளிலிருந்து கற்றுக்கொண்டு, எதிர்காலத்தில் சிறப்பாக செயல்படுவோம்.

5. கனவுகளை நோக்கி பாடுபடுதல்:

நம் கனவுகள் மற்றும் இலக்குகளை நாம் மறக்கக்கூடாது. அவை நமக்கு உத்வேகம் அளித்து, நம்மை சரியான திசையில் செலுத்த உதவுகின்றன. எவ்வளவு கடினமாக இருந்தாலும், நம் கனவுகளை நோக்கி பாடுபடுவோம்.

6. தன்னம்பிக்கையுடன் இருத்தல்:

நம் திறன்கள் மற்றும் திறன்களில் நம்பிக்கை வைப்போம். நாம் சாதிக்கக்கூடிய அனைத்தையும் சாதிக்க வல்லவர்கள் என்பதை நினைவில் கொள்வோம். தன்னம்பிக்கை நமக்கு மன உறுதியையும், எதையும் சாதிக்கும் திறனையும் அளிக்கும்.

7. உதவிக்கான கரத்தை நீட்டுதல்:

தெரிந்தோ தெரியாமலோ, நம் பயணத்தில் நமக்கு உதவிய பலர் இருக்கிறார்கள். அவர்களின் ஆதரவிற்கு நன்றியுடன் இருப்போம். மே

Printed in the USA
CPSIA information can be obtained
at www.ICGtesting.com
LVHW011116250624
783941LV00012B/461

9 788119 669646